व्यासपर्व

दुर्गा भागवत

मौज प्रकाशन गृह

मौज प्रकाशन ७५

पहिली आवृत्ती : १९६२
नवीन आवृत्ती : २०१९
पुनर्मुद्रण डिसेंबर २०२३

मुखपृष्ठ
संभाजी कदम
मुद्रितशोधन
शकुंतला मुळ्ये

किंमत एकशेपन्नास रुपये

ISBN 978-93-5079-008-3

प्रकाशक/मुद्रक
श्रीकांत विष्णु भागवत
मौज प्रकाशन गृह
युनिट नं० ५, ७, ८, पहिला मजला,
म्युनिसिपल इंडस्ट्रियल इस्टेट,
वी० पी० रोड, विलेपार्ले (प०)
मुंबई ४०००५६

www.moujprakashan.com

अनुक्रम

प्रस्तावना

महाभारताचा आधार भारतीय मनाला केवढा आहे हे का सांगायला हवे? पण या आधाराची वाट मात्र एकेकाची वेगळी असते. निदान असावी. पण होते काय, बहुतेकांना महाभारत ही कौरवपांडव कथेची खूपच पाल्हाळाने सांगितलेली विस्कळित व संकीर्ण अशी नीतिकथा वाटते. गोष्ट म्हणून शुद्ध कथेचा लळा दाखवणे अनेकांना प्रतिष्ठेच्या पोटी आवडत नाही. ज्यांना ललित-वाङ्मयाचा शोक त्यांना त्यातल्या अललित अशा विस्तीर्ण भागांमुळे कथा म्हणून महाभारत स्वीकारणे परवडत नाही. ललितवाङ्मयाचा घाट व काव्याचा सहजमधुर भाव संस्कृत काव्याच्या कालिदासी शोकिनांना इथे सापडणे दुरापास्त आहे. आणि दुर्दैवाने कालिदासी अभिरुची हीच आमच्या पुरातन संस्कृत काव्यवाङ्मयाची पारख करण्याची एकमेव मोजपट्टी ठरून गेल्यामुळे लालित्याच्या निकषाने-अभिजात सौंदर्यग्राहकतेच्या, कलात्मकतेच्या व वाङ्मयीन मूल्याच्या निकषाने-महाभारतासारख्या अगडबंब, ओबडधोबड, उघडउघड अनेक हातांनी रचलेल्या, अनेक कालखंडांत विभागलेल्या कृतीचा आस्वाद तर राहोच परंतु साधा परामर्शही घेणे साहित्याच्या व्यवहारी टीकेच्या चौकटीत बसण्यासारखे नव्हते. म्हणूनच हे काव्यसमीक्षेचे प्रतिकूल अंग डावलून, अन्य यशोदायी धोरणांनी महाभारताचा अर्थ धोरणी तत्त्वज्ञांनी, पंडितांनी व राजकारणपटूंनी स्वतःच्या आवडीच्या जीवनक्षेत्राच्या समर्थनासाठी विविध प्रकारे लावला. त्यामुळे इतर अनेक क्षेत्रे उजळली. विचारांचे क्षितिज रुंदावले. संस्कृतीच्या कक्षा वाढल्या. परंतु त्यातले काव्यमय भाव मात्र झाकळून गेले.

महाभारत हे अनेकांना भगवद्गीतेचे कोंदण वाटते आणि या समजात अतिशयोक्ती आहे असेही नव्हे. कारण महाभारत हे त्याच्या नावामुळेच भारतीय राष्ट्रीय तत्त्वज्ञानाचे प्रतीक गेल्या दीडशे वर्षांत भारतीय युयुत्सू राष्ट्रवादामुळे आपाततः बनले. भगवद्गीता हाती धरून फाशीचे मरण मदनलाल धिंग्राप्रमाणे अनेकांनी आनंदाने स्वीकारले हेही खरेच. भगवद्गीतेत उपनिषदांचे नवनीत गोपालनंदनाने भरले. शंकराचार्यांनी गीतेचे प्रथम उद्गान

केले. गीता तेव्हापासून जणू वेदांताचे मुखच बनली. ज्ञानेश्वरांनाही गीतेतच स्वतःचे स्फूर्तिक्षेत्र व जीवनसूत्र सापडले. त्यानंतर कुणी गीतेत ज्ञानयोग पाहिला, कुणी कर्मयोग, तर कुणी अनासक्तियोग पाहिला. कुणाला भक्तियोग तिच्यात आढळला. गीता सर्व प्रकारच्या कर्मानुसंधानी त्याप्रमाणे विरक्त योगानुसंधानी आधुनिकांची दैवी माताच बनली. गीतेत 'दैवी संगीत' श्रवणारेही निघाले. एकूण काय, जसजसा यंत्रयुगाचा वेग व ताण वाढला, तसतसा गीतेचा लौकिकही वाढत गेला. तिची गरज वाढल्याने तिच्या तेजात भर पडली. कारण युद्धोद्ध्वस्त जगात अमर श्रद्धास्थाने शोधण्यासाठी ज्ञानवंतांची तडफड गेली पन्नास वर्षे जशी चालू आहे तशी पूर्वी कधी झालेली नव्हती. मानवतेच्या पायाखालची वाळू घसरत चालली आहे आणि विनाशाचे काळलोट समृद्धीच्या क्षणीही सारी संकृती पार गिळून टाकायला उठले आहेत, अशी परिस्थिती एकाच पुराणकथेच्या प्रसंगाशी तुळता येते-भारतीय युद्धाच्या. म्हणूनच श्रांत व भ्रांत मानवाला हरघडीच्या लहानमोठ्या आपत्ति-विपत्तींत अचूक मार्गदर्शन करणारा गीता हा श्रेष्ठ धर्मग्रंथ आहे असे वाटणे अस्वाभाविक नाही. असा ग्रंथ महाभारतात आहे म्हणूनच महाभारताची महती कायम राहिली आणि त्यातल्या कौरवपांडवांच्या कथेचे, इतर उपकथांच्या संभारासहित, उन्नयन झाले.

महाभारताचा सूक्ष्म अभ्यासही देशोदेशी थोडका झालेला नाही. महाभारताच्या कर्त्याने त्याला इतिहास म्हटले आहे. म्हणून प्राचीन इतिहासाच्या साऱ्या शाखांचा वेध अभ्यासकांनी त्याच्यातून घेतला. राजकीय इतिहास, धर्मशास्त्राचा इतिहास, तत्त्वज्ञानाचा इतिहास, सामाजिक इतिहास, भौगोलिक इतिहास, वांशिक इतिहास, भाषिक इतिहास, चरित्रेतिहास-अशा सर्व तऱ्हेच्या इतिहासांच्या फांद्या, विद्वानांनी या पुराणग्रंथाच्या वृक्षावरून मन मानेल तशा तोडून घेतल्या आणि आपली शाखा हेच काय ते एक महाभारताचे सार अशा श्रद्धेने त्या त्या विषयाचा प्रपंच केला. महाभारताचा विषयवारीने परामर्श घेतल्यास यात काही वावगे नाही; आणि त्याचा अवाढव्य आकार आणि विलक्षण गुंतागुंतीची गुंफण पाहता, एकेका विषयाचा उलगडा वेगवेगळ्या व्यक्तींकरवी, वेगवेगळ्या काळी, वेगवेगळ्या धोरणांनी होऊन गेला हे बरेच झाले. तरी पण महाभारताच्या सुबक सामग्र्याचे दर्शन हे त्याच्या अंतरंगाच्या पृथक्करणाचे पहिले व अखेरचे उद्दिष्ट आहे यात शंका नाही. आणि त्याचा प्रत्यय या अभ्यासात नेमका येतोच असे नाही. महाभारताच्या एका अंगाचे दर्शन हे त्याच्यातल्या सामर्थ्यपूर्ण व सौंदर्यशाली गाभ्याचे संपूर्ण दर्शन नव्हे. वर उल्लेखिलेल्या विविध अंगांत महाभारताच्या सामर्थ्याची निःसंशय प्रचीती येते. त्यातल्या यौगिक भूमिकेचाही प्रत्यय येतो. ज्ञानाचे वैदग्ध्य सहज भासते. मानवी व्यवहाराची जटिलता जाणवते. दैवगतीची वक्रता मनाला थरकवते. कथेचा ओघ प्रबळ आहे हे पटते. पात्रांचे परिमाण विलक्षण विशाल आहे याचे भान प्रारंभापासून अखेरपर्यंत क्षणभरही ढळत नाही. हाच महाभारताच्या सामर्थ्याचा निर्वाळा. परंतु महाभारताचे सौदर्य त्याच्या या उत्तुंग

बलावेगातच केवळ नाही. या स्थूल सामर्थ्याहूनही एक अती सूक्ष्म, अभेद्य असा कोमलतेचा कंद, काव्य-छंदाच्या अनुरोधाने, कथेच्या लालित्याच्या अनुषंगाने, महाभारताच्या कठीण कवचाच्या अंतर्यामात भरून राहिला आहे. भव्य दगडी कोरीव मूर्तीच्या तोंडावर जी कोवळ्या मानवी भावाची छटा दिसते, तीच कोवळी छटा महाभारताच्या नाट्यपूर्ण, अतिविशाल कथेच्या अंगप्रत्यंगांत भरून राहिली आहे, याचा साक्षात्कार झाला तरच महाभारताच्या कलाकृतीचे भान येण्याचा संभव. नाहीतर अभ्यासकाला भरपूर ओलाकोरडा चारा पुरवणारे एक अनुपम कुरण, एवढेच त्याचे औपयोगिक मूल्य ठरते. मग ते मूल्य व्यावहारिक ज्ञानासाठी असो, तत्त्वनिष्कर्षासाठी असो, नीतीच्या पुरस्कारासाठी असो, किंवा आध्यात्मिक गरजेसाठी असो.

त्यातल्या त्यात मौज अशी की केव्हा ना केव्हा तरी भारतीय संस्कृतीचा अभ्यासक या गहन क्षेत्रात शिरतोच. नद्या सक्याला मिळायच्याच, त्याप्रमाणे सामाजिक शास्त्राच्या शाखा ऐतिहासिक प्रवासात वळणे घेत, धडपडत, दौडत महाभारताला येऊन मिळतातच. महाभारताला डावलून सामाजिक आशयाचे सम्यक् स्वरूप ओळखणे अगर विशद करून सांगणे जमण्यासारखे नाही. इतरांप्रमाणे मीही या गहन प्रांतात शिरले. शिरावेच लागले. इतरांना काय अनुभव आले ते काही मला माहीत नाही. पण मला मात्र कोंडल्यासारखे झाले. या गहन विद्यारण्यात आपण वाट चुकलो असे वाटले. मी भरपूर भोवंडले. या ग्रंथाच्या कीर्तीच्या दडपणानेच अर्धमेली व्हायची मी. कोणता तरी जुनाट संदर्भ देण्यासाठी स्वतःच्या विधानाला बळकटी यावी, वजन यावे म्हणून, व्यासाच्या नावाचा, त्याच्या कृतीचा केवळ उपयुक्ततेच्या धोरणाने वापर करण्यासाठी मी महाभारताला प्रथम स्पर्श केला. महाभारत वापरताना, त्याचा तो पुराण गंध, त्याचे ते जुनाटपणाचे अवजड ओझे, भाषेचे ते अवडंबर, हे सारे पेलणे माझ्या शक्तीबाहेरचे काम होते. केवळ स्वतःच्या विधानाला पुष्टिकारक असा संदर्भ तेवढा मला हवा असे. लहानपणापासून पांडवकथा ऐकिवात असल्यामुळे कथेचे धागेदोरे उगीचच संदर्भशोधनात अडथळा निर्माण करताहेत असे वाटायचे. पण हे अडथळे आहेत म्हणून तर महाभारतातल्या उल्लेखांचे, पुराव्यांचे महत्त्व, अशीही अभ्यासकी परंपरेतली धारणा मनोमनी जागृत असल्यामुळे, वेळीअवेळी, हवे असोत की नको असोत, संदर्भ हुडकण्याचा छंद मी स्वतःला अट्टहासाने लावून घेतला. पण हा छंद काही झाले तरी उपराच होता. घामाघूम होऊन संदर्भ हुडकावा आणि मग सुटकेचा एक निःश्वास टाकून पुस्तक बंद करावे. ''मी महाभारत चाळले'' याचीच धुंदी काही काळ चढावी आणि मग स्वाभाविकच संदर्भ शोधण्याचे श्रम केवळ कोरडे असल्याने मानसिक ग्लानीही यावी. हा कोरडा आटापिटा करण्याचे प्रयोजन काय, असाही प्रश्न मनात सारखा येई. पण त्याला व्यावहारिक जुजबी उत्तरही चतुर मन देई. ''भल्या भल्या पढिकांनी हे केले. तेच तू कर. त्यावाचून सुटका नाही.'' आणि मग महाजनांच्या वाटेने निमूटपणे जाण्याचे मी ठरवले.

अशा तऱ्हेने एकदा गरज मिटली की पुस्तक बंद करावे ते फिरून गरज लागेपर्यंत उघडू नये असे चालले. पण गरजाच वाढू लागल्या आणि त्यामुळे हा ग्रंथ काही केल्या हातावेगळाच होईना अशी स्थिती झाली. व्यावहारिक गरजा आता अधिक व्यवस्थितपणे भागत होत्या. नवे बारकावे आढळात येऊ लागले होते. अभ्यासाचे फळ हातीतोंडी आले होते. पण नेमका हा फलसिद्धीचा काळच माझ्या मनात असमाधानाचा आणि अश्रद्धेचा डोंब उसळवणारा ठरला. नकळत महाभारतातल्या आख्यानातल्या काही भागांनी मला अस्वस्थ केले. ग्रंथाचे समाजशास्त्रीय प्रयोजन मला शंभर टक्के आकलन झाले होते. पण दमल्याश्रमल्यावर माणूस गोष्टींत रंगू पाहतेच. श्रमपरिहारासाठी कथा आपोआपच जवळ केली जाते. या अशा विश्रांतीच्या, काव्यशास्त्रविनोदाच्या गरजेपोटी जेव्हा मी कथानकाकडे वळले, तेव्हा केवळ ठाम गोष्ट पोरसवद्या वृत्तीने मी हुडकू लागले. त्या वेळी हवी होती सुटसुटीत चढउतारांची रंजक कथा. मूळची माहीत असलेलीच. पण ती आता वडिलधाऱ्यांच्या तोंडून ऐकायची नव्हती. बाळबोध पुस्तकांतून वाचायची नव्हती. व्यासमुखानेच ऐकायची होती. आणि ती ऐकताना अपेक्षा मात्र अशी होती की आपण या कथेची जी मनोमन उभारणी केली आहे, ती त्याच घाटात, त्याच अभिनिवेशात व्यासाकडून सांगितली जावी. वाचताना या अपेक्षेचा चक्काचूर झाला, हे का सांगायला हवे?

भीष्म शरपंजरी पडला हे कथेच्या व भीष्म या पात्राच्या दृष्टीने ठीकच होते. पण मग त्याचे मरण रेंगाळत ठेवून शांतिपर्वातल्या त्या भाकड कथा त्याच्या तोंडी का घातल्या गेल्या? मोक्षधर्माचे, राजधर्माचे भारूड तिथे का रचले? बरे, रचले तर रचले. गणराज्याची निंदा, स्त्रियांची नालस्ती त्याच्या तोंडी का घातली? गणराज्याला निंदणारा भीष्म व गणराज्याच्या आदर्शाप्रमाणे संघरचना करणारा गौतम बुद्ध यांच्यापैकी कुणाची धारणा अधिक उन्नत? युद्धाचा क्षण ठेपलेला आणि तिथेच गीता सांगायला उमाळा कृष्णाला का आला? अर्जुन त्याचा सखा. मग त्याच्या मनाचे विविध संमोह त्याला अगोदर कळलेच नाहीत का? अगदी आताच अठरा अध्यायांत जे त्याने सांगितले ते घरी स्वस्थ बसून त्याला वेळोवेळी सांगता नसते आले? कारस्थाने आणि पांडवांचा पक्षपात याहून कृष्णाचे प्रयोजन या ग्रंथात काय? असे विविध प्रश्न माझ्यापुढे उभे राहिले. आणि त्यांच्या मागे एकच तक्रार उभी राहिली की, कथेच्या सूत्राला या दूरान्वयी भागांनी शिथिल केले आहे. कथानकाची गती रोखली आहे. आतल्या भावनांचा जोष कुंठित केला आहे. मग मनात असा प्रश्न उपस्थित झाला की, या साऱ्या अतिरिक्त सामाजिक व तात्त्विक साहित्याच्या अनुषंगाने मूळच्या तोकड्या, स्खलित कथेची प्रतिष्ठा वाढवली आहे की जे कथानक एरवी सुश्लिष्ट व वाङ्मयीन गुणांनी परिपूर्ण झाले असते त्याचा विचका या अवांतर पसाऱ्यामुळे झाला आहे? कथानकाच्या अनुषंगाने जेव्हा या प्रश्नांचे भोवरे माझ्या मनात गरगरू लागले, तेव्हा कथानकाचाही सारा तळ घुसळला गेला. फेस व चिखल एक

झाला. मूळची सरळ कथा, जी बाळपणापासून मनात ठसत होती, तिचा तो भावनिक नितळणा निघून गेला. एक प्रकारचा गढूळ काळोख, कथेच्या प्रसंगाप्रसंगाला, व्यक्तीव्यक्तीला जडबोजड करून सर्वत्र भरून राहिला. परंपराश्रुत व्यक्तिरेखांचा आकार या धुरकटलेल्या काळोखात बुडून गेला. अंधारात डोळे फाडून पाहावे त्याप्रमाणे मी या कथानकाच्या आकृतिबंधाऐवजी व्यक्तिरेखांच्या आधारे लालित्याचा कानोसा घ्यायला गेले, तर काय? प्रसंगाच्या अनुषंगाने व्यक्तिदर्शन घडले ते असे : प्रत्येक व्यक्ती आपली ठाम आपल्या साच्यात रुतून बसवलेली. धातूच्या रसाची ओतीव पुतळी असावी तशी. खुल्या वातावरणात वावरणाऱ्या जिवंत व्यक्तींऐवजी या रेखीव काष्ठपुतळ्या व्यासाने अती चपळाईने भव्य पटावर नाचविल्या आहेत असे वाटले. कारण त्या त्या पात्राचे स्वरूप प्रथम व्यासाने गृहीत धरले आणि त्याप्रमाणे प्रसंगांची गुंफण करून, तो तो व्यक्तिविशेष कोरून कायम करून टाकला. भीष्म कायमचा अविवाहित व अधिकारत्यागाची प्रतिज्ञा घेतलेला. प्रतिज्ञापूर्तीचा कैफ भोगण्यासाठीच जणू स्वतःच्या इच्छेची प्रतिष्ठाही तो सतत वाढती ठेवतो! शरशय्येवरचे अनुपम इच्छामरण पत्करतो. द्रौपदी स्वतःच्या रूपाभिमानाने भरलेली. एकदा घेतलेला त्रागा ती अखेरपर्यंत सोडीत नाही. भीम कौरवांवर जळायचे सोडीत नाही. अर्जुन लढायचे सोडीत नाही. युधिष्ठिर चिंतन करायचे सोडीत नाही. विदुर दुसऱ्यांत स्वतःला पाहण्याचे सोडीत नाही. दुर्योधन द्वेष सोडीत नाही. कर्ण पीळ सोडीत नाही. कुंती खंत सोडीत नाही. कृष्ण निर्घृण व्यावहारिक पटुता सोडीत नाही. कुणीच आपले काहीच टाकायला तयार नाही. हट्टी मूल हट्टाचे गाठोडे पोटाशी आवळते, त्याप्रमाणे कोमल भावांशी सर्वथा विरोध असलेला आपापला रोकडा देहस्वभाव सांडायला जर इथे कुणीच तयार नाही, तर मग या साऱ्या पात्रांना तारायला एकच उपाय व्यासापुढे होता. तो म्हणजे नीती, तत्त्वबोध, विविध तऱ्हेचे ज्ञान कथेत वेळोवेळी घालून जी मूल्ये समाजात प्रतिष्ठा पावलेली आहेत, त्यांच्या आधारे कथेची प्रतिष्ठा राखणे. आणि मग त्या नैतिक मूल्यांचे, ज्ञानाविष्काराचे जरा बारकाईने निरीक्षण करण्यास मी सुरुवात केली. आदिपर्व विविध कथानकांनी भरलेले. त्यातल्या त्यात उपकथानकाची सुंदर सजावट अशी मोहक की तिच्यात कौरवपांडवांचे कथानक अगदीच फिके वाटावे असे. पुरूरव्याची कथा, गरुडाची कथा, ययातीची कथा, शकुंतलेची कथा, भीष्मजन्माची कथा–या साऱ्याच कथा संपूर्ण रोमहर्षक. या रोमहर्षणाची भूल पडून तर व्यासाने आपल्याला चकवले नाही, असे म्हणतच मी सभापर्वात प्रवेश केला. राजकारण, कारस्थाने, मुत्सद्दीपण, द्यूत या साऱ्यांच्या कठोर परिणामांनी भरलेले हे पर्व आहे. वनपर्वही सावित्री, धर्मव्याध, वगैरेसारख्या परमसुंदर आख्यानांनी भरलेले आहे आणि या दूरस्थ कथानकांनी त्यात भरपूर माधुर्य ओतले आहे यात शंका नाही. तसे काहीच सभापर्वात नाही. भांडणे, वादविवाद, उलटसुलट पवित्रे, समारंभ आणि राजकारणी महत्त्वाकांक्षेचे विदारक क्रूर स्वरूप असा स्थूल मानाने प्रपंच यात येतो. तरी पण यातल्या

दोन ओळी वाचताना काहीतरी गवसल्याचा भास होऊन मी थबकले. ओळी साध्याच. कोणताच उत्कट भाव आत नसलेल्या. पांडवांघरून निघताना कृष्ण सुभद्रेचा निरोप घेतो आहे, असा प्रसंग. ओळी अशा :

सार्थं तथ्यं हितं वाक्यं प्रियं युक्तमनुत्तरम्।
उवाच भगवान् भद्रां सुभद्रां भद्रभाषिणीम्।।

यातल्या प्रासापेक्षा ठेक्याने मला चाळवले. त्या ओळी नकळत पाठ झाल्या, मनात घुमू लागल्या आणि मग मनाला एकच छंद लागला. कृष्णमुखातून उमटलेल्या नादपूर्ण शब्दांचा वेध घेण्याचा. अर्थपूर्ण, कल्याणकारक, उचित, प्रिय आणि ज्याच्यावर काही उत्तरच देता येणार नाही असे प्रिय भाषण कृष्ण बोलला. सुभद्रा मंजुभाषिणी होती. तिच्याशी बोलण्यात कृष्णाने भाषण-सौष्ठवाची शीग गाठली. मग जेव्हा आणखीच उत्कट प्रसंग असेल, तेव्हा त्याचा आवाज अधिकच श्रवणीय होत असेल. गीता त्याने याच पवित्र्यात सांगितली. आणि मग गीतेच्या त्या प्रवचनात मला तऱ्हेतऱ्हेच्या सुश्राव्य नादांची आवर्तने आढळू लागली. गीतेसारखी श्रवणसुभगता कचितच कुठे आढळेल. अपवाद वैदिक ऋचांचाच. इथून व्यासाच्या शैलीचे सौभाग्य प्रतीत होऊ लागले आणि कृष्णवाणीचे झंकार अधिक स्पष्ट झाले.

तरी पण, अवाचनीय होते ते वाचनीय झाले, रुक्ष होते ते सरस झाले, याहून अधिक जवळीक निर्माण झाली नव्हती. मग एक दिवस निराळाच उगवला. सभापर्वच अजूनही चालू होते. राजसूययज्ञ, मयसभा यांच्या झगमगटाची तिरीप अजून मनावर रेंगाळत होती. द्यूतानंतर पांडवांचे सारे तेज मावळले होते. ते दास झाले होते व रजस्वला द्रौपदीचा आक्रोश चालू होता. त्या विटंबनेच्या प्रसंगी, सर्व कला, सर्व धर्म ज्या सत्याला सदैव धुंडाळीत असतात व त्या धुंडाळण्यापायीच सत्त्वशाली बनतात, त्या सत्याच्या मानवी मूलाधारालाच द्रौपदीने आवेगाच्या भरात, अनवधानाने हात घातला. तो श्लोक शत-नादांनी माझ्या मनात निनादला. अगदी साधी त्याची रचना. प्रासाचे अवगुंठन नाही. उपमा-उत्प्रेक्षांची सजावट नाही. पण बुद्धिमान, ज्ञानवंत धर्मज्ञ यांच्या अनुभवाचे सारसर्वस्व त्यात भरलेले. सत्याची व्याख्या असलेला, निर्वाणीच्या तीव्र सुरात उच्चारलेला श्लोक :

न सा सभा यत्र न सन्ति वृद्धाः
न ते वृद्धाः ये न वदन्ति धर्मम्।।
नासौ धर्मो यत्र च नास्ति सत्यं
न तत्सत्यं यच्छलेनानुविद्धम्।।

सुगम काव्यांनी होणार नाही इतके वृत्तीचे आंदोलन मी त्या क्षणी अनुभवले. एक भावनातीत भावानुभव मी घेतला. त्याचे स्वरूप नक्की कसे होते ते मला अजूनही सांगता

येणार नाही. पण महाभारताच्या कर्त्याच्या प्रतिमेचा साक्षात्कार या चार ओळींनी मला खचित करून दिला. बंद वातावरण खुलले व नवे किरण नवे भाव जागवीत आले. मग मला द्रौपदी वेगळी दिसू लागली. कृष्णा वेगळा दिसू लागला. या! दोघांवर लक्ष केंद्रित केल्यावर नेहमीच्या ठराविक कथेच्या चाकोरीची चौकट तशीच राहिली, तरीही या पात्रांचे परिमाण, त्यांचे आकार, आणि समग्र कथेतले त्यांचे प्रयोजन मला वेगळ्या संदर्भात दिसू लागले. मग व्यक्तीमागून व्यक्ती उठली, सजीव झाली आणि स्वत:च्या तोलामोलाने चालू लागली. त्यांच्या संभाषणाचे तुकडे मी कान लावून ऐकू लागले. आणि नाट्येच नाट्ये मला प्रसंगोप्रसंगी भरलेली आढळी. घाट कवितेचा, ताल छंदाचा पण आत्मा नाट्याचा अशी ही समग्र कृती मला भासू लग्नाली. कथेत उपकथा असणाऱ्या कृतीला पारिभाषिक तंत्राप्रमाणे परिमंडलकथा असे नाव आहे. बृहत्कथा, आरबी सुरस कथा याच वर्गात मोडतात. बृहत्कथेने आपल्यापुढे महाभारताचाच आदर्श ठेवला होता. परंतु तरीही बृहत्कथेला महाभारताच्या अंतरंगाची अनुकृती वठवता आली नाही. मोठ्या कथेत छोट्या असंख्य कथा एवढीच स्थूल गुंफण तिने उचलली. छंदोबद्धता उचलली. परंतु महाभारताचे अंतरंग ज्या रुचिर नाट्याकृतींनी भरले आहे, त्यांचा वेध गुणाढ्याला घेता आला नाही. मोठ्या नाट्यबंधात छोटे नाट्यप्रसंग व्यासाने खच्चून भरले आहेत आणि त्यामुळेच त्याच्या कृतीला जबरदस्त भरीवपणा आला आहे. हे नाट्य त्याने अशा तऱ्हेने भरले आहे की त्याला तांत्रिक पाया मुळीच नाही. संभाषणे आणि द्रुत कृती यांच्यातूनच नाट्यभाव प्रकट होतो. अर्थात अशी कृती अनुकरणसुलभ नसते. आणि म्हणूनच रामायणावर जितकी सुलभ नाट्यरचना उत्तरकाली झाली, तितकी महाभारतावर झाली नाही.

प्रवृत्ती व निवृत्ती यांच्यातल्या समतोलात व्यासाची नाट्याची धारणा निपजली आहे. नाट्यातली नाट्ये महाभारतातच पाहावी. इतकी दृश्ये विविध छटांत, विविध रंगांत, विविध नादांत, कधी वर्णनांत, तर कधी संभाषणांत, तर कधी नुसत्या सूचनेतच व्यासाने सढळपणे पेरून ठेवली आहेत. ती अशी काही मागचापुढचा विचार न केल्यासारखी, जागा दिसेल तिथे त्याने फेकून दिली आहेत की, एक तर पावलोपावली त्यांचे रूप दिसावे व क्षणभर पाहणाराने थबकावे, किंवा त्या बारीकसारीक रांगोळीकडे पाहायला सवड नसल्यामुळे वाचकाने हे कंटाळवाणे भाग सोडून देऊन ठळक प्रसंगांकडेच अवधान द्यावे.

व्यासाचे अनुपम नाट्यावधान ज्या तऱ्हेने प्रकट झाले आहे, ती तऱ्हाही फार नाजूक आहे. सूक्ष्म व तरल आहे. अती थोड्या शब्दांत, कधी सूत्रबद्ध पद्धतीनेही हे नाट्य प्रकटते. भाषा, भावना, रंग, रस यांची ही विलक्षण काटकसर आणि तरीही त्यांच्या गुंफणीतून भव्य भावानुभवाचा आविष्कार करण्याची कला महाभारतात विपुल प्रमाणात आढळते. अशा प्रसंगी नकळत त्या त्या पात्राचा स्थूल व्यक्तिगत भाव कलत्या व विरोधी सुरावर, जरासा टेकू घेऊन मग पुन्हा स्थिर होतो. उदाहरण विदुराचेच घेऊ. प्रसंग द्रौपदी-

स्वयंवरानंतर पांडव फिरून सपत्नीक इंद्रप्रस्थाला येतात त्या वेळचा. यापूर्वी लाक्षागृहात पांडव जळून मेल्याची वार्ता हस्तिनापुरात पसरलेली होती. आंधळ्या धृतराष्ट्रालाही अजूनपर्यंत तसेच वाटत होते. त्याला या वार्तेने एकीकडे लाज व दुसरीकडून वेड्या वत्सलतेपायी सुख वाटत होते. पण भूमिका राजाची असल्यामुळे तो कर्तेपणाची भूमिका गंभीरपणे, वरवर उदासपणे वठवीत होता. पांडवांनी द्रौपदीला जिंकली ही बातमी त्याला ते येण्याच्या वेळी विदुराकडून कळली. पण ती साधेसुधेपणाने नव्हे. चेष्टेच्या रूपाने, थोडे वाकडे वळण घेऊन ती वार्ता धृतराष्ट्रावर येऊन आदळली. एरवी नेहमीच्या शांत, दांत, भातृवत्सल, सेवक विदुराने नेहमीच्या सरावाप्रमाणे ''पांडव जळले असे वाटले ते खोटे. ते लाक्षागृहातून निसटले व ब्राह्मणवेषाने द्रुपदाच्या स्वयंवरमंडपात गेले. अर्जुनाने पणं जिंकला व कुंतीच्या आदेशाप्रमाणे ती पाच पांडवांची भार्या झाली.'' असे सरळ निवेदन केले नाही. विदुराच्या मनात लाक्षागृहाची अमानुषता झणझणत होती. दुर्योधनाची फजिती झाली याचा त्याला फार आनंद झालेला होता. तीव्र कटुता व हा एक प्रकारचा आसुरी आनंद यांचा आवेग दांत विदुरालाही एकदम आवरता आलेला नाही. एवढेच नव्हे, तर आयुष्यात प्रथमच धृतराष्ट्राच्या अपंगाचा फायदा घेऊन त्याच्या मुलाच्या कृतीबद्दल त्याला टोचून मजा पाहण्याचे क्षणिक व हीन सुख विदुर अती सामान्य पातळीवर येऊन घेतो. असा हा प्रसंग व्यासाने उभा केला आहे, तो असा :

द्रौपदीने पांडवांना वरले आणि धृतराष्ट्राचे मुलगे फजीत होऊन गर्व उतरून परतले असे कळताच विदुर मनात खूष होऊन गेला व राजा धृतराष्ट्राला म्हणाला, ''कुरूंची भरभराट होवो.'' हे ऐकून विस्मित झालेला धृतराष्ट्र मोठ्या आनंदाच्या भरात म्हणाला, ''उत्तम झाले, उत्तम झाले.'' त्याला वाटले की दुर्योधनालाच द्रुपदकन्येने वरले. त्या आंधळ्याला खरी गोष्ट माहीतच नव्हती. मग त्याने द्रौपदीसाठी पुष्कळ भूषणे आणली. आणि तो म्हणाला, ''कृष्णेला आणि मुलगा दुर्योधन याला आणावे.'' इतके झाल्यावर विदुराने सांगितले की, द्रौपदीने पांडवांना वरले असून ते कुशल आहेत व द्रुपदाने त्या वीरपुरुषांची यथोचित संभावना केली आहे. त्यावर धृतराष्ट्र उद्गारतो, ''ते पंडूचे मुलगे, पण त्याच्यापेक्षाही ते माझेच मुलगे जास्त आहेत.''

एवढाच हा प्रसंग. पण त्यात किती खोचा आहेत. कौरवांना भीमासारख्यांच्या असंख्य वाक्ताडनांनी साधले नसते ते सारे शल्य कटुतम होऊन विदुरमुखाने बाहेर पडते. विदुरावर क्षणभर पडलेल्या या छायेच्या अनुरोधाने व्यासाने नाट्यातली कलानिष्पत्ती साधली आहे. पांडवांची सिद्धी लाक्षागृहातला त्यांच्यावरचा अन्याय यांच्यावरचा केवळ उतारा म्हणून त्याने हा प्रसंग वापरलेला नाही. ना यात कौरवांची डागणीच केवळ साधली; पांडवांवरच्या पुढच्या दुर्धर प्रसंगाची नांदीच हा प्रसंग आहे. त्यामुळे कौरवांना टोचून बोलण्याचे कर्म पांडवांकडून न करवता ते विदुराकडून अशा सौम्य व गर्भित पद्धतीने घडविण्यात मोठे औचित्य आहे.

अशी धृतराष्ट्राची एका क्षणात उलटसुलट भावनांच्या आहारी जाऊन तारांबळ झाली. ''पांडव पंडूपेक्षाही मला प्रिय आहेत,'' असे म्हणून हा प्रसंग घाईघाईने गुंडाळण्याचे तंत्रही परिणामकारक आहे. भीरू मनाच्या वृत्तिचांचल्याचे नाट्य या प्रसंगात आहे. हे नाट्य विदारक असले तरी त्याचा परिणाम धृतराष्ट्राच्याबद्दल घृणा उत्पन्न करण्यात होत नाही, तर धृतराष्ट्र, त्याचे मुलगे व पांडव या साऱ्यांबद्दल एक प्रकारची करुणाच उत्पन्न होते. धृतराष्ट्र हा स्वत: खल म्हणून प्रतीत न होता वत्सल पित्याचे दुर्धर नशीब भोगणारा माणूस म्हणूनच प्रतीत होतो. एक प्रकारे विदुराच्या पदरी एवढासा का होईना, पण दोषाचा भाग दाखवण्यात व्यासाने सत्त्व-रज-तमाच्या कसोटीत त्यालाही घासून काढायला सोडले नाही. या त्रिगुणात्मक स्वभावरचनेच्या असाधारण भागामुळेच व्यासाला महाभारताच्या अगणित व्यक्तिरेखा क्षणाक्षणाच्या कृतींच्या आलेखानुसार कोरता आल्या, जिवंत करता आल्या, हाडामासांने भरलेल्या मनस्वी व्यक्ती म्हणून दाखवता आल्या. यामुळेच खलत्व एका व्यक्तीत कोंडून ठेवून खोटे किंवा मानीव मानवी आदर्श निर्माण करण्याचा खटाटोप त्याला करावा लागला नाही. त्रिगुणाची जाणीव बौद्ध तत्त्वज्ञानात नसल्याने बौद्ध वाङ्मयात बुद्ध हा केवळ मांगल्याचे, कल्याणाचे प्रतीक, तर मार हा अकल्याणाचे पापाचे प्रतीक म्हणून स्वाभाविकच तयार झाले. बायबलमध्ये सैतान आला. परंतु व्यास मात्र, मानव कितीही विकसनशील असला तरी अंतर्गत संघर्ष त्याला अटळ आहे हेच मुख्यत: या लहानमोठ्या स्खलनांतून पदोपदी दाखवीत गेला. या अनंत स्खलनाच्या परिपाकाला त्याने 'दैव' म्हटले. आणि त्या दैवाच्या विराट लीलेत मानवी जीवनाचे धागेदोरे कसे गुंफले आहेत हे पावलोपावली कर्मगतीच्या तत्त्वज्ञानाच्या आधारे त्याने दाखवले. कर्ण, दुर्योधन, विदुर, युधिष्ठिर, अर्जुन या साऱ्यांच्या तोंडून-किंबहुना, ''प्रकृती तुला करायला भाग पाडील'' अशा उद्गारातून कृष्णाच्याही तोंडून-दैव अटळ आहे, हे महाभारतात ठिकठिकाणी वदवले आहे. या दैवासंबंधीच्या उल्लेखांत, व कर्मपरिपाकाच्या अनुषंगाने ज्या अती दुर्धर घटना महाभारतात आलेल्या आहेत त्यांत, जीवनातले दु:ख उत्कटतेने प्रतीत होते यात संशय नाही. संसाराची दुर्धरता असारतेच्या सीमेपर्यंतही काही ठिकाणी पोचली आहे. पापाहूनही संसारातले दु:ख दुर्धर आहे असे महाभारतातल्या शोकपूर्ण विविध कहाण्यांनी नाट्यपूर्ण भावाने ठिकठिकाणी विशद केले आहे. महाभारतात शोकात्म भावाची जी लय आहे, ती असाधारण आहे. भारतीय महाकाव्याच्या धारणेप्रमाणे स्थूलमानाने पाहिल्यास ललितकृती आनंदपर्यवसायी असायला हवी; परंतु महाभारताने पांडवांच्या स्वर्गमनाने विराम गाठला आहे. अर्थात सुखपर्यवसनाचा संकेत नाटकाला अधिक कसोशीने लावला गेल्यामुळे महाभारत (व रामायणही) त्या स्थूल नियमापासून जरा बाजूला सरले, तर विस्मय वाटण्याचे काम नाही. आणि तसे पाहिले तर महाभारताचा कर्ता व पारंपरिक वाचक त्याला ''ललितकृती'' म्हणून संबोधित नाहीतच मुळी; तेव्हा ज्या माझ्यासारख्यांना ती ललितकृती वाटते, त्यांनाच हा प्रश्न जाचतो.

महाभारतात शोकात्मतेचे जे भान आहे, ते अनन्यसाधारण आहे,. संस्कृत वाङ्मयात तर ते भान जरा उणेच आहे. भवभूतीसारख्यांनी 'एको रसः करुणा एव' म्हणून जरी जीव पिळवटून सांगितले तरी संस्कृत वाङ्मयात 'वेणीसंहारा'सारखे एखादे नाटक सोडल्यास शृंगाराच्या अभिरुचीवर करुणाला क्वचितच कुठे मात करता आली. करुणेचे सर्व छटांसह, सर्व आकृतिबंधांसाह, सर्व कल्पनाबंधांसह जीवनाच्या कलेकलेला स्पर्शणारे दिग्दर्शन जर कुठे झाले असेल तर ते फक्त महाभारतात. महाभारत दैवतकथेतून स्फुरले आहे. कृष्णाच्या रूपाने मानवरूप परमात्म्याचे दर्शन त्यात घडवले आहे आणि दैवतकथेचे प्रतीक अशा तऱ्हेने कायम राखले आहे. दैवतकथेला अनुरूप अशी अतिविशाल परिमाणे आतील पात्रांना देण्यात आली आहेत. आणि म्हणूनच ती पात्रे आपल्यापैकी असूनही आपल्या जीवनात ती सामावत नाहीत. मानवतेची ओझी, मानवतेची सुखदुःखे विचारविकार पेलून तडीपार, अगदी अनंताच्या कवेत, पोचविण्याचे दैवतकथेतल्या पात्रांचे कार्य ही पात्रेही सहज करतात आणि त्या कृतीला व कृतीमागच्या प्रेरणेला 'दैवगती' असे नाव देतात. जीवजंतू, मानव यांना घेऊन राहणाऱ्या विशाल नियतीचे भान महाभारतात सतत जागृत असल्यामुळे आणि कर्माच्या तत्त्वज्ञानाची जोड त्याला असल्यामुळे अतिविशाल असे क्षेत्र कर्त्याला योजणे भाग पडले. जीवनमृत्यूचे विराट व सूक्ष्म स्वरूप आणि दोहोंतला चेव आणि परस्परपूरकता ही अंतर्गत विरोधासह दाखविण्यास रणभूमीसारखे अनुरूप क्षेत्र आणखी कुठले असणार? 'जय' या कल्पनेतच सारे संघर्ष, सारी साफल्ये व वैफल्ये येतात. पौरुष येते. कर्ममयता येते. वेग येतो. आवेग येतो. ग्लानी येते. तत्त्वज्ञान येते. सौंदर्य येते, कुरूपता येते. उदारता येते व कार्पण्य येते. सर्व भूतमात्रांना कवटाळून धरणारे कारुण्य येते व भयंकर द्वेषही येतो. उपरोध येतो. 'हा हा हा हा' असे रोदनाचे निनाद येतात. क्वचित कामुकतेचे शिडकावे येतात. 'पुढे काय?' ही मूढताही येते. 'पूर्वी काय होते?' ही खंत येते. आणि प्राप्त क्षणाला कवटाळून राहण्याची जिद्दही येते. हे सारे महाभारताच्या बीजाकृतीतच साठवलेले सारतत्त्व एका विराट कृतीत, ललित कृतीत प्रकट व्हावे ही असाधारण सिद्धी आहे.

परंतु शोकक्रंदन, क्रौर्य, वीर्य, धैर्य यांच्या अर्कांने रंगवलेल्या या पात्रापात्रांच्या आकृती जणू अक्षयतेच्या वरदानाने स्थिर. झाल्या आहेत. व्यासाच्या प्रतिभेची ही दुःखोन्मेषाची शक्ती ग्रीक शोकांतिकेच्या कर्त्यांच्या धारणेपेक्षा कितीतरी उन्नत, विशाल आणि दूरगामी आहे. ग्रीक दुःखांतिकात पात्रांची परिमाणे विशाल आहेत, भूमी विस्तृत आहे, उदात्ततेचा उत्कृष्ट परिपाक आहे, सौंदर्याचे जागृत भान आहे, लसलसत्या शृंगाराचे वैभव आहे, ऐहिक जीवनाची परमासक्ती आहे; परंतु लहानथोरांच्या मोठमोठ्या दुःखांत भरलेले नाट्य व्यासप्रतिभेने जसे मानवी स्वभावाच्या सूक्ष्म आकलनाच्या बळावर पेलून धरले तसे होमरलाही करता आले नाही. ग्रीक महाकाव्यांत देवतांचा प्रकोप, प्रेम, मत्सर यांनीच मानवाच्या कृतीचे क्षेत्र संकुचित केले आहे. ग्रीकांची दैवाची कल्पना व महाभारतकारांची

दैवाची कल्पना यांत फरक इथेच येतो. जिथे कर्माचे तत्त्वज्ञान आले तिथे कर्ममयतेला शेवटी मर्यादा पडली तरीही तिचे क्षेत्र कितीतरी विशाल व गहन होते. एवढेच नाही तर कर्माच्या पलिकडचे अज्ञाताचे भानदेखील मानवाच्या आत्म्याला येऊ शकते, ही श्रद्धा सर्व नैराश्याला, सर्व भीरूतेला व साशंकतेला दूर सारते आणि मग त्या अज्ञात सत्याच्या प्रतीक्षेची तीव्र, उन्मनस्क उत्कंठा सर्व व्यवहारांना, भौतिक व्यापारांना व भावनांना, त्यांचा साचा जराही बदलू न देता, नव्या आशयाने भरून टाकते. आणि म्हणूनच 'तमसो मा ज्योतिर्गमय' या औपनिषदिक वचनाचा काव्यमय व प्रत्यक्ष प्रत्ययही आपल्याला महाभारतातून येऊ शकतो. एवढेच नाही तर पांडवांच्या मृत्यूनंतर, युधिष्ठिर स्वर्गसंमुख झाल्यावर, युद्धाचा सारा भीषण परिपाक आपण विसरतो, कृष्णाला विसरतो, गीताही विसरतो; त्या स्वर्गाच्या दाराच्या फटीतून नियती जो एक किरण टाकते, त्या किरणाला अनुसरून मात्र आपण अनवधानाने असे सहज म्हणून जातो :

तेजोऽसि मयि तेजो धेहि ।

आणि म्हणूनच ग्रीक शोकांतिका वाचल्यावर मानवी जीवनाचे सुंदर शिल्प हेकेखोर दैवाने क्षुद्र मानून विध्वंसून टाकल्याचे जे वैफल्य भासत राहते त्याचा अंशही महाभारतात सापडत नाही.

व्यासाच्या धर्मावगुंठित कलेचा विशेष हाच की ती लेण्यातल्या शिल्पाप्रमाणे ज्याला जसे बघण्याची इच्छा असेल, ज्याची जशी पात्रता असेल, तसे त्याला अनुकूल असे आंतरिक विश्व प्रेक्षकांत, वाचकांत वा श्रोत्यांत खुले करते. व्यासाची प्रतिभा क्रांतदर्शी आहे ती याच अर्थाने की ती क्षुद्र, संकुचित, सव्यंग, पापपूरित, कुरूप व्यक्ती व घटना यांनाही सरळ आत्मसात करते. केवळ नीती, सौंदर्य, भव्यताच तिला प्रिय आहे असे नाही. हा समभाव केवळ स्वतःच्या निर्मितीकडे अती अलिप्त व अती जागरूक दृष्टीने पाहणाऱ्या प्रतिभावंतालाच साध्य असतो. विश्वरूपदर्शन हे या व्यापाराचे प्रतीक समजायला हरकत नाही. नियतीचा खेळ हे महाभारताच्या कथेचे महत्त्वाचे सूत्र असले तरी, आणि त्यात नियतीचे विराट व क्रूर स्वरूप प्रतीत होत असले तरीही, एक सत्य सतत भासमान होत राहते. मानवाची भौतिक नियती इतर जीवसृष्टीप्रमाणेच आहे; परंतु मानवाचे आत्मिक जीवन हे सर्व भौतिक आविष्कारापलिकडील चिन्मय शक्तीशी निगडित आहे : हे सत्य महाभारतातील दैववादाच्या बुडाशी आहे.

मात्र हे सत्य सूचित करताना, स्थलकालातीताच्या सीमाप्रांतापर्यंत पोचताना, व्यासाला सद्यःक्षणावरच लक्ष केंद्रित करावे लागले हे विशेष व तितकेच स्वाभाविकही आहे. यासाठीच युद्धाची घटना ही अत्यंत अनुकूल कथावस्तू होती. बौद्ध वाङ्मयातही बुद्धाला शांती मिळवण्यासाठी मारसेनेशी मुकाबला करण्याचा प्रसंग आला. तसेच हे युद्धाचे प्रतीक प्रत्यक्ष कथेच्या रूपाने व्यासाने वापरले आहे. मात्र मारसेनेचे व महाभारतातील

संग्रामाचे उद्दिष्ट भिन्न होते हेही विसरून चालणार नाही. मारसेनेचे प्रयोजन सर्वस्वी आध्यात्मिक आहे. बुद्धाचे कल्याणमय, मंगलप्रद शुभस्वरूप शापाच्या, मोहाच्या, क्रौर्याच्या रूपाहून सर्वस्वी भिन्न असते हे दाखविण्यासाठी माराची निर्मिती आहें. परंतु भारतीय युद्ध हा कथेचा गाभा बनवताना आध्यात्मिक मूल्यांहून कलात्मक मूल्यच अधिक महत्त्वाचे आहे असे व्यासाला प्रतीत झाले असल्याचे दाखले युद्धाच्या त्याच्या सम्यक् दर्शनात सापडतात आणि कथेत व पात्रांच्या स्वभावांत युद्धाचा अर्क त्याने अतिशय अभिज्ञतेने भरलेला ठायीठायी आढळतो. व्यासाला अभिप्रेत असलेली करुणा, शोक ही वाल्मीकीच्या करुणेच्या व शोकाच्या अनुभूतीहून भिन्न आहेत. मूळ मानवी स्वभावाहून भिन्न असे आदर्शांचे अस्तित्व व्यासप्रतिभेला मान्य नाही. म्हणूनच आपल्या कथेसाठी तिने अगदी बारीकसारीक क्रिया, हेतू व त्यांच्यावरचे बरेवाईट अभिप्राय संजयाकरवी वेळोवेळी वदवून युद्धाचा उपयोग करून घेतला. युद्धात माणसाचे काळ्यात काळे व गोमट्यात गोमटे स्वरूप प्रकट होते. युद्धात माणूस क्रूर होतो. उतावळा होतो. बावरा होतो. मागचे एकदम आठवतो व विसरतो. विचित्र स्वप्ने पाहतो. जन्ममृत्यूंना समोरासमोर बघतो. भोगलोलुप होतो. उन्मत्त होतो. गर्विष्ठ होतो. नम्र होतो. विरक्त होतो. कृपण होतो. उदार होतो. किंबहुना, जीवनाची क्षणभंगुरता व साफल्य काही मोजक्या क्षणांत तो मर्मज्ञपणे जाणतो. भूत व भविष्य तो बुद्ध्याच बाजूला सारतो आणि प्राप्त कालाचे अभिनव दर्शन घेतो. प्राप्तकालाचे, आजचे महत्त्व योद्धा जसे जाणतो, तसे कोण जाणू शकणार? आणि अशा एकाच नव्हे, तर अगणित योद्ध्यांचे निःपक्षपाती दर्शन रसराज शृंगाराला वगळून कथेच्या तंत्रामंत्रात आणण्याची कलाचातुरी व्यासाशिवाय अन्य कोण दाखवू शकणार? क्षोभाच्या पटावर शांतीचे मंद, निळे रंग भरण्याची हातोटी कुणाला साध्य झाली आहे? युद्धाचा प्रसंग थोड्या दिवसांचा असला तरी परिणाम रेंगाळणारे असतात आणि त्याचा मनावर उठणारा ओरखडा कितीतरी दीर्घ व खोल असा असतो. ही दीर्घता व गूढता पेलण्यासाठीच जणू काही व्यासाने आपली कृती इतकी प्रदीर्घ व्याख्याने, आख्याने, कथा-उपकथा, इत्यादी विविध कल्पनाबंधांनी भरून काढली असावी. स्वतःच्या कृतीला कथा न म्हणता इतिहास म्हणून इतिहासातल्या साऱ्या घटनांची जंत्रीसारखी कंटाळवाणी वर्णने तंत्रासाठी ओतप्रोत वापरूनही व्यासाने आपल्या कथेचा गाभा सतत टवटवीत राखला कसा, याचेच आश्चर्य वाटते.

व्यासाला कथेचे, आता जिला कादंबरी म्हणता येईल अशा महाकथेचे, आकलन कसे झाले होते ते आता फिरून सांगण्याची जरूर नाही. मात्र त्या आकलनामुळेच त्याची कलाप्रवणता अधिकच मोलाची ठरते. डी०एच० लॉरेन्स म्हणतो की, कादंबरीकार हा संत, शास्त्रज्ञ, तत्त्वज्ञ आणि कवी यांच्याहून श्रेष्ठ असतो. कारण बाकीच्या सर्वांना जीवनाच्या एकेका अंगाचेच दर्शन झालेले असते, परतु कादंबरीकार मात्र समग्र जीवनाचा वेध घेऊ शकतो. कादंबरीमुळे जिवंत माणूस अथांग थरथरतो. व ''म्हणूनच कादंबरी हे

जीवनाचे पुस्तक असते. बायबल ही एक अपूर्व कादंबरी आहे. ती कादंबरी गुंतागुंतीची आहे व श्रेष्ठ आहें. आदाम, ईव्ह, जेकब, डेव्हिड, जॉय, रूथ, एस्थर, येशू ही सारी जिवंत माणसेच आहेत नाही तर काय? बायबलातला ईश्वर हाही जिवंत माणूसच नाही का?''

लॉरेन्सचे हे विधान व्यासकृतीलाही यथार्थपणे लागू पडते असे मला वाटते आणि म्हणूनच गुणाढ्याने अमर कृती निर्माण करताना महाभारताचे अनुकरण केले. बृहत्कथा म्हणजेच कादंबरी. गुंतागुंतीची, विराट कादंबरी. गुणाढ्याने महाकथेचे तंत्र आत्मसात केले, परतु अध्यात्मातून व्यासाला स्फुरलेली कलाप्रज्ञा मात्र त्याला अवगत झाली नाही हे खचित. व्यासाच्या कृतीत अकृत्रिम जीवनच कला बनले आणि जीवनाच्या अंतिम उद्दिष्टाचे भान कुठेही विलुप्त झाले नाही. जीवनाच्या सर्व अवस्थांना व्यासाच्या अनुभवाने समरूप बनवले. या समरूपतेच्या जाणिवेतच व्यासाने दैवाच्या कल्पनेचा जो वापर केला त्याचे बीज दडलेले आहे. जीवनाचे अंतिम उद्दिष्ट समरूपतेच्या साधनामार्फत चित्रित करताना व्यासाला थोरांचे थोरपण दाखवाचे होते; पण ते दाखवताना त्याला दाखवायचे होते कीं थोरांचे मोठेपण सत्तेत नसते, तर जीवनाच्या अथांग प्रवाहात, वादळे आली तरीही त्यात अनंताचे दर्शन घेण्यात असते.

व्यासाने ज्या जीवनाचे दर्शन घडवले आहे, त्या जीवनाचा अर्थ असा : जीवन ही एक सतत चाललेली आत्म्याची गतिमानता आहे; ही गतिमानता अपरिहार्य आहे, कारण तिच्यात विलक्षण सामर्थ्य व चैतन्य भरलेले आहे. हे चैतन्य एकाच बीजात जणू सामावलेले आहे. आणि या व्यक्तिरूप केंद्रातून ते सर्वत: क्रियेच्या द्वारा प्रसृत होत असते. परंतु वस्तुत: त्याचा रोख एकाच ध्येयाकडे असतो. ते ध्येय म्हणजे संपूर्ण एकात्मता साधणे, आंतरिक प्रेरणा व बाह्यविश्व यांतली एकतानता साधणे. जीवनामध्ये हे समतोलाचे तत्त्व अभिप्रेत असल्यामुळेच जीवन खऱ्या अर्थाने कधीच उद्‌ध्वस्त होत नाही. ते सारखे परिवर्तन पावते. जन्मोजन्मांत परिपूर्ण जीवन साकारते. भारतीय दर्शनाप्रमाणे माणूस कोरा जन्मूच शकत नाही. सर्व सांडून मरूही शकत नाही.

व्यासाने जीवनातले गद्य व काव्य दोन्ही अक्षरश: टिपून घेतले आहे. त्याच्या शैलीतून व निवेदनाच्या विविध पद्धतींतून गद्य व काव्य यांच्या स्पष्ट सीमारेषा आढळतात. वास्तविक समग्र ग्रंथ छंदोबद्ध असला तरी जिथे निवेदन, सरळ कथन आहे, संभाषण आहे, तिथे तिथे गद्याचा प्रभाव जाणवतो. जिथे विरामस्थळे आहेत, तिथे ठेक्यासाठी 'पद्य' हे विशेष परिणामासाठी धृपदासारखे वापरले आहे. उदाहरणार्थ, बनपर्वात द्रौपदी युधिष्ठिराला उद्देशून ''तू वनात गेलेला पाहून चीड कां येऊ नये?'' असे म्हणते, त्या वेळी आपली व आपल्या प्रत्येक पतीची दीन स्थिती वर्णन करताना ती 'कस्मात् मन्युर्न वर्धते' हा पद्यबंध अनेक वेळा ध्रुपदासारखा वापरते. धृतराष्ट्र व संजय यांच्या संभाषणातही ठिकठिकाणी अशी पद्यबंधाची आवर्तने अनेकदा आढळतात. विशेषत:

ज्या वेळी धृतराष्ट्र आत्मगत लांबलांब भाषणे करतो त्या वेळी तर ती विशेष आढळतात. गद्यपद्याची विभागणी ठराविक परिणाम साधण्यासाठी अशा तऱ्हेने वापरून व्यासाने नादांचे एक वेगळेच सामर्थ्य प्रकट केले आहे. युद्धात भेरी, दुंदभी, शंख यांचे कर्कश नाद, जयध्वनी, कोल्हेकुई, आक्रंदन, भांडणाचे आवाज, असे तुमुल नादांचे गरगरते विश्वच त्याने साकारले आहे. कधीकधी अगदी नाजूकपणे नाद अगदी मंद करून तो काव्याची पेरणी करतो तर कधीकधी तो गाणीही घालतो. महाभारतातले सर्वात सुंदर गाणे कुंती नवजात कर्णाला करंड्यात घालून अश्वनदीत सोडते त्या वेळच्या तिच्या उद्गारांचे आहे. शोक, कंप, कोमलता, ताटातूट सारे काही त्या गाण्यात नादमय शब्दांच्या आधारे व्यासाने साकारले आहे. त्यातल्या काही ओळी अशा :

शिवास्ते सन्तु पन्थानो मा च ते परिपन्थिनः।
आगताश्च तथा पुत्र भवन्त्वद्रोहचेतसः।
पातु त्वां वरुणो राजा सलिले सलिलेश्वरः।
अन्तरिक्षेऽन्तरिक्षस्थः पवनः सर्वगस्तथा।।
धन्यस्ते पुत्र जनको देवो भानुर्विभावसुः।
यस्त्वां द्रक्ष्यति दिव्येन चक्षुषां वाहिनीगतम्।।
धन्या ता प्रमदा या त्वां पुत्रत्वे कल्पयिष्यति।
यस्यास्त्वं तृषितः पुत्र स्तनं पास्यसि देवज।।
को नु स्वप्नस्तदा दृष्टो या त्वामादित्यवर्चसम्।
दिव्यवर्मसमायुक्तं दिव्यकुण्डलभूषितम्।।
पद्मायतविशालाक्षं पद्मताम्रदलोज्ज्वलम्।
सुललाटं सुकेशान्तं पुत्रत्वे कल्पयिष्यति।।
धन्या द्रक्ष्यन्ति पुत्र त्वां भूमौ संसर्पमाणकम्।
अव्यक्तकलवाक्यानि वदन्तं रेणुगुण्ठितम्।।

या गाण्यात आईच्या ऐवजी तिचे बाळाला आंदुळण्याचे काम नदी करते आहे. नदीच्या पाण्याचा ललित कलरव आणि वाऱ्याच्या मंद लहरी यांची प्रतीती 'ल,' 'व' आणि 'र' या अक्षरांच्या आवर्तनांनी कशी सुंदर पकडली आहे. मातेला आपले मूल देवज असले तरी तहानेने व्याकूळ होईल असे वाटून रडे येते. नदीचे वाहणे हेच त्या शोकावेगाचे प्रतीक. आपले धुळीत मळलेले रांगणारे बाळ तिच्या मनश्चक्षूंपुढे उभे आहे. पण प्रत्यक्ष पाहणारी माणसे मात्र आणखीच कुणी असतील. मात्र हे बाळ इतके सुंदर व तेजस्वी आहे की, त्याला माया लावणाऱ्या माणसांचा तुटवडा पडणार नाही, हेही नदीच्या पाण्याची झुळझुळ तिला सांगते.

या बाबतीत महाभारत रामायणाहून भिन्न अशी शैली राखताना आढळते. रामायण हे

उघड एकसंध काव्य आहे. पद्य आहे. ते गद्याच्या पातळीवर कधीच उतरत नाही. रामायणाच्या कर्त्याला आपण काव्य करतो आहो हे माहीत होते. तत्कालीन काव्याची सारी अंगे रामायणात आलेली आहेत. रामायण व महाभारत ही दोन्ही महाकाव्ये जगात अजोड ठरावी अशी आहेत. ग्रीक महाकाव्ये ही मृतांच्यावर लिहिलेली काव्ये आहेत. त्यांतली संस्कृती जिवंत नाही. परंतु रामायण व महाभारत ही मृत संस्कृतीची प्रतीके नव्हत. त्यांतले जीवन जितके पुरातन तितकेच नवनूतन आहे. रामायणात काव्याचे सारे संकेत प्रामाणिकपणे पाळले आहेत. ते सर्गबद्ध आहे. त्याचा नायक उदात्त आहे. त्याच्या चरित्राचे उद्गान त्यात आहे. महाभारतही सर्गबद्ध आहे. परंतु त्याला नायक असा कुणीच नाही आणि तरीही कित्येक व्यक्ती अशा आहेत की त्यांच्याभोवतीच सारे कथाचक्र फिरते आहे. काव्याच्या संकेतांना एक प्रकारे बाजूला टाकूनच त्याची रचना झाली आहे. म्हणून ती मुक्त कृती आहे. म्हणूनच तिच्यात गद्य आहे, पद्य आहे, काव्य आहे, नाट्य आहे आणि शुष्क प्रबंधही आहेत. राम देवावतार आणि देवकार्यासाठी आलेला म्हणून रामायणाचे प्रयोजन धर्मप्रवर्तक ठरते. परंतु महाभारतातले पांडव देवांश असले तरी मानवच होते. कृष्णही माणूसच राहिला; अगदी सदोष असा माणूस तो राहिला. आणि तरीही महाभारताला धर्माचे स्फुरण काही दिव्य क्षणांतून मिळाले. इथेच व्यासाला भौतिक व आध्यात्मिक प्रेरणांना एका लयीत पकडण्यात यश आले आहे. धर्म व कला या एकमेकांना पूरक नाहीत हे मत हर्बर्ट रीडला झेनची कलापूर्ण चित्रे पाहून नुकतेच सोडून द्यावे लागले. प्रज्ञा ही धर्मानुसंधानाला त्याप्रमाणेच कलानुसंधानाला आवश्यक असते. आणि जिथे जीवनाचा सामग्र्याने विचार करायचा तिथे ईश्वराला प्रकृतीपासून भिन्न समजता येत नाही. पौर्वात्य कलेचा-धर्मप्रवण कलेचा-विशेष हाच की, ती एकात अनेक व अनेकांत एक पाहू शकते, असे रीडने म्हटले आहे. हीच कलादृष्टी व्यासाने महाभारतात बाळगली आहे यात शंका नाही.

व्यासकृती ही उघड एकाची कृती नाही. व्यासाने 'जय' लिहिले, वैशंपायनाने 'भारत' व सौतीने 'महाभारत', हे सर्वश्रुतच आहे. परंतु व्यासाने 'जया'च्या रूपाने एक आदर्श निर्माण करून जो विशाल पट व परिमाणे तयार केली, कलावस्तूचा जो घाट तयार केला, त्याची उत्तरोत्तर सांगताच वैशंपायन व सौती यांनी केली. कोरीव लेणे कधी एका हाताने व एका काळी होत नाही; पण तरी ते एकात्म असते. त्याचे मनोमय निर्माण व सुरुवात ज्या क्षणी होते, ज्याच्याकडून होते, तोच त्याचा कर्ता. वेरूळच्या कैलासलेण्याचा कर्ता जसा एकच, त्याच अर्थाने महाभारताचा कर्ता एकच. इथे व्यक्तीला महत्त्व नाही. ते एकच निर्माणक्षम प्रज्ञा असलेले मन जितक्या व्यक्तींत, ज्या ज्या काळी उत्पन्न होऊन मूळ कृतीत भर टाकीत गेले ते ते मन प्रारंभीच्या मनाहून भिन्न समजता येणार नाही. स्थल व काल आणि कार्यकारणभाव यांना बाजूला सारून दिव्यपुष्पाप्रमाणे सौंदर्यानुभव घेण्याची ही घटना भारतीय सौंदर्यशास्त्राचे परम भाग्यशाली रहस्य आहे. अभिनवगुप्ताची

सौंदर्यानुभवाची व्याख्या व व्याप्ती या बाबतीत सर्वांत मोठे प्रमाण मानायला हवी. रसाच्या सिद्धान्तात 'रस' हाच सौदर्यानुभव आहे. रस म्हणजेच आनंद. हा आनंद कोणत्याही अहंभावाशी निगडित नसतो. शृंगार, भय, क्रोध, दु:ख यांची प्रतीती रसात्मक अनुभूतीतून आली की त्या विभावांचा व्यक्तिगत संबंध संपतो आणि ते सर्वसाधारण होतात, हा भट्टनायकाचा सिद्धांत अभिनवगुप्ताने उचलला, पण तो तेवढ्यावरच थांबला नाही. त्याने तो वाढवून त्याला काल व स्थल यांच्या बंधनांतून मुक्त केले. ''रसो वै स:'', ''आपो वै रस:'' या श्रुतीतल्या रसाच्या जाणिवेशी काव्यातल्या निस्यंदाला नेऊन त्याने भिडवले. काव्यानंद हा ब्रह्मानंदसहोदर असतो, हे दंडी, विश्वनाथ, वगैरे साऱ्यांनीच मानले आहे. परंतु अभिनवगुप्ताने रसाच्या अनुभवाचे योग्याच्या अनुभवाशी साम्य जुळवले आहे. योग्याला ब्रह्मानंद झाला की त्या क्षणी त्याच्यापुरता 'संसार' नाहीसा होतो. फक्त: तो आनंद राहतो. आणखी काही नाही. त्याप्रमाणेच रसामुळे उत्पन्न झालेला सौंदर्यानुभव घेताना त्या क्षणापुरता 'संसार' नाहीसा होतो.

इंद्रियगम्य जाणिवांशी निगडित असूनही त्यांच्याहून भिन्न असे, आत्मवृत्तींना प्रस्फुरित करणारे, सच्चिदानंदाच्या सीमेवर टेकू पाहणारे, आणि समाधीत सामावणारे असे हे रसतत्त्व आहे. भारतीयांचे हे सौंदर्यानुभवाचे तत्त्व कळल्यास, महाभारतासारखी कृती महान धर्मग्रंथ व श्रेष्ठ कलाकृतीही होऊ शकते; किंबहुना, एकाच प्रज्ञेच्या स्फुरणातून धर्मज्ञान व कलानुसंधान या अद्वितीय ग्रंथात सामावले आहे, असे म्हणायला काहीच हरकत उरत नाही.

१ पूर्णपुरुष कृष्ण

कृष्णाचे जीवन मला फार मोहवते. व्यासाच्या प्रतिभेने महाभारत, हरिवंश (व मागाहून भागवत) या ग्रंथांत ज्या भव्य व जिवंत व्यक्तिरेखा भारताच्या मनामनावर कोरून ठेवल्या त्यांत कृष्ण ही सर्वांत मध्यवर्ती आकृती आहे. बाकीच्या सर्व आकृती तिच्या भोवती केवळ फेर धरून, तिच्या आधारानेच जणू उभ्या आहेत. आणि तरीही महाभारतातला कृष्ण हा खूप निरखून पाहायचे म्हटल्यास त्याचे अवयवी स्वरूप दृष्टीपुढे नीट येतच नाही. त्याला रेखामय आकार देता येत नाही. विराट रूपाच्या त्या एका उल्लेखाने रेखामय शरीराची सारी आकृतीच पुसून टाकली आहे, झाकून गेली आहे. ढगांनी सूर्य झाकावा तशी. एक श्यामल, धूसर वातावर कृष्ण या नावातच भरून राहिले आहे. पण जिथे जिथे कृष्णाच्या आकृतीची रेखा क्षणभर तरी दृग्गोचर होते; कडाकडांनी दृग्गोचर होते, तिथे तिथे मला एक मोठा रंगांचा पुंजका दिसतो. विलक्षण रीतीने त्या रंगांच्या छटा एकमेकीत शिरताना आणि फिरून अलग होताना दिसतात. सांध्यमेघांच्या छटांप्रमाणे हे विलक्षण नाचरे, धावरे रंग आहेत. कृष्णाच्या व्यक्तिभासाचे रूप हे मला अक्षरशः सांध्यरंगाप्रमाणे वाटते. मनाच्या प्रत्येक कणातून हे रंग उसळून बाहेर पडताहेत असा भास मला अनेकदा झाला आहे.

इतिहासातल्या, वाङ्मयातल्या अनेक व्यक्तिरेखा माझ्या मनातून जिवंत होऊन बाहेर पडतात, तेव्हा नानाविध भास मला होतात. मग त्या व्यक्तिरेखा त्या ग्रंथांचा किंवा इतिहासाचा भाग राहतच नाहीत. कुणा व्यक्तीची आकृती सुंदर रेषांनी बनलेली असते. कुणाला नुसते डोळे तर कुणाला नुसते काम करणारे अती सुंदर हात असतात; कुणाचे ते डोळे माझा पाठलाग करतात तर ते हात काही खुणावतात. कुणाचे ओठ बोलू पाहतात, कुणी सारखे विडंबन करीत असतात. तर बुद्धासारखी माणसे शिळेसारखी जड होऊन पुढे बसतात. कुणी साफ पाठ फिरवतात. पण असा एकसंध भास कृष्णाच्या त्या रंगाकृतीत मला होत नाही. त्या रंगाकृतीला एक वास येतो. पण तो कुठलाच ज्ञात वासासारखा नाही.

मात्र तो वास फार उत्तेजक आहे. तीव्र आणि खूप खूप रेंगाळणारा आहे. सृष्टीतल्या साऱ्या नरांच्या प्राणशक्तीतला वास एकत्र आणला आणि तो साऱ्या फुलांच्या गंधात मिसळला तर येईल तसा. आणि त्या वासाच्या गाभ्यात स्वराचा एक लसलसता कोंब पण फुटल्याचे मला दिसते. उंच कोमल निषादाचा धैवतावर किंचित रेखलेला स्वर.

पण विराट स्वरूपाचे भासमय आवरण कधीकधी पटल फाटल्यासारखे बाजूला होते. अनेक पुराणकथांतून, भाबड्या श्रद्धेतून, आणि स्त्रियांच्या नसांतून जो निनावी अनुभव स्फुरलेला असतो, तो सारा एकत्र होतो आणि त्यातून एक ऐसपैस पुरुष निघतो. तो आदमच्या जवळचा आहे; शरीराने आणि वासनांनी. पण आदमहून कितीतरी दैवी देणे याच्याजवळ आहे. आदमला संस्कृती नव्हती; याच्याजवळ ती परिपूर्ण आहे. सुखाचे मळे याच्या भोवती फुलले आहेत. आदम बिचारा बागेतून–ही बाग आहे याची जाणीव होण्यापूर्वीच–बाहेर पडला आणि वणवणा हिंडला. इंद्रियांच्या फणांचे फटकारे खात हिंडला. पण हा मात्र पौरुषाची, मानव्याची सारी रग पचवून, आणि मरणाच्या, विरहाच्या सर्व कळांना हळुवार स्पर्शीत जगला. स्पर्शाचे सारे लालित्य, सारा नखरा, त्याच्यात भरलेला होता. व्यासाने निर्मिलेल्या रंगांच्या झळकीतून हे दुसऱ्या पातळीतले पुरुषरूप अधिक मनोज्ञ व रेखीव होऊन निघते. साक्षात्काराच्या क्रियेतून मुक्त होते. पार्थिव जीवनाच्या आधाराने चालू–हलू लागते.

कृष्णचरित्र एकाच एका ग्रंथात कोंडून पडलेले नाही. अनेक ग्रंथांनी, काव्यांनी, नरनारींच्या जीवनांनी तिळतीळ देऊन ते बनवले आहे. अजूनही जीवनाच्या सर्व बाजूंना स्पर्शणारे व्यक्तीव्यक्तीच्या सुखदु:खाचे स्पंदन स्वत: भोगून त्यांना सजीव व कृतार्थ करीत कृष्ण जगतो आहे. कारण कृष्णा हा मानव आहे. नुसता मानव नाही, तर पुरुष आहे. पूर्णपुरुष आहे.

कृष्णाचा जन्म मृत्यूच्या अटीतटीत, भीतीच्या भोवऱ्यात, आशेच्या अमर आश्वासनात झाला. रामाचे बाळपण कुणाला आठवत नाही. ते बालकांडातच बंदिस्त होऊन पडले. ख्रिस्ताचे आणि बुद्धाचे बाळपण प्रौढपणाने केव्हाच गिळून टाकले. पण कृष्णाचे बाळपण घरोघरी खेळते आहे. स्वत:च्या आईजवळून नाहीसे होऊन तिला जन्माबरोबरच विरहाचा चटका लावणारे बाळ अनेक आयांच्या अनुभवात स्थिर झाले आहे. पण त्या बाळाप्रमाणे हे बाळ विराम पावले नाही. यशोदेच्या पोळलेल्या मनाला त्याने टवटवीत केले. ते रांगले, पाळण्यात खडा टोचला म्हणून रडले, मुतले. त्याने हट्ट केला. मार खाल्ला. कोंडून घेतले. खोड्या करून जिवाशी गाठ आणली. आईला प्रतिक्षणी आपल्याला द्वाड आणि गोड मूल आहे, ही जाणीव देतच ते वाढले.

मग दुसरे पर्व! गवळी मित्र. ते खेळ. चोऱ्या. बायकांच्या खोड्या. भलता वयात राधेशी प्रेमचेष्टा. कुस्तीत प्रावीण्य. काय नव्हते त्या यौवनोन्मुख कृष्णात? एकीकडे कंस, शिशुपाल त्याच्यावर वैर राखून होते, तर दुसरीकडे भाबडी पोरे आणि गोपी त्याच्यासाठी

प्राण देण्यास सिद्ध होत्या. मोठा भाऊ दास झाला होता. गायी-गुरे त्याच्या वत्सल स्पर्शाने सुखावत होती, पुष्ट होत होती. त्यांचे प्रसव वाढत होते. दूधदुभत्याचे पाट वाहत होते.

त्याची मुरली तारुण्यातल्या उद्रेकांना आवाहन देत होती. पण त्या संगीताची जरब अशी की, गोपींना फक्त वादकाचेच वेड लागले! फक्त त्याच्यापुरताच त्यांचा यौवनोन्माद होता. त्याचे सार्वत्रिक स्वैराचारात परिवर्तन झाले नाही. समुद्राची भरती शिगेस पोचते आणि मग लाटा स्वयंप्रेरणेनेच मागे खेचल्या जातात, तसेच हे आकर्षण होते. कृष्णातून निघून परत कृष्णाकडे येणारे अती मृदू आणि म्हणूनच अती दृढ असे हे नाते होते. या नात्याचे सर्वोत्कृष्ट प्रतीक राधा. परंपरेने कृष्णाशी द्रौपदीला बहीण म्हणून जखडून टाकून व्यावहारिक नीतीची प्रतिष्ठा ठेवण्याचा एका तऱ्हेने यशस्वी व दुसऱ्या तऱ्हेने अयशस्वी प्रयत्न केला. पण पुढे पुराणांत राधा आली. तिने हे सारे बांध फोडले. वय, विवाहबंधन, काहीकाही त्या प्रीतीला अडवूच शकले नाही. अनिर्बंध आणि नाजूक अशा रेशमी शृंगाराचे हे दर्शन सर्वदा अभिनव वाटावे असेच आहे.

भारतीय संस्कृती लालित्याने कचितच फुलते. पण ती एकदा मात्र घवघवीत फुलली. राधाकृष्णाच्या प्रीतीचा वसंत एकदाच आला आणि गेला, पण काही तरी सदा फुलते, घमघमते मागे ठेवून गेला. भारतीय पातिव्रत्याच्या कडकडीतपणाला कायमचे आव्हान देत राधेने एकनिष्ठ प्रीतीचे चांदण्याने रंगलेले पूर्ण सौंदर्य उघडे केले. प्रीतीचा लालभडक रंग राधेमुळे सौम्य निळा, रुपेरी झाला. या निळ्या प्रीतीला सामावून घेताना कृष्णाचे व्यक्तिमत्त्व आकाशाएवढे विस्तारले, उंच झाले. रात्रीप्रमाणे ते अतीव मृदू व गूढ झाले. राधाकृष्णांच्या प्रीतीमुळे भारतीय प्रेमकथेला नवा कोवळेपणा आला. संसारी भाराने कधी शिळा न होणारा भाव तिला आला. प्रीतीच्या परिपूर्तीला चिरतारुण्य अपेक्षित असते. ते साधण्यासाठीच या आदर्श प्रेमिकाने जणू राधेच्या विरहाने स्वतःला बांधून घेतले.

मृत्यूतल्या अमरत्वाप्रमाणे प्रिय सहवासाच्या कायमच्या अंतरात प्रेमाचे खरे सार्थक होते हे त्याला दाखवायचे होते का? अशा साफल्याचे चिरविरहातच प्रेमसाफल्याचे अशरीरी रूप उत्कटपणे प्रतीत होते हे स्वानुभवाने त्याला सुचवायचे होते का? राधाकृष्ण एकत्र वास कधी करीतच नाहीत. क्षणाक्षणातच त्यांचा सहवास भरलेला आहे. हे क्षण फार बोलके आहेत. त्यांचे सगळे बोलके भाव पुराणांनी, काव्य-कथांनी जतन केले. बासरीचे प्रतीक या संजीवक प्रीतीला मिळाले. पण नंतरचा तो कधी न मिटणारा विरह! तो मूक आहे. गूढ आहे. त्याला नाद-रंग-रूपांची आभरणे कधी चढणार नाहीत. त्या विरहामागे कलह, उपेक्षा, मृत्यू हेही संकेत नाहीत. आणि तरीही हा विरह त्याच्या अनामिकत्वामुळे अती जिवंत झाला आहें. रामाप्रमाणे कृष्णाने पुढे कधी राधेची! आठवण काहून उघड शोक केला नाही. अगदी नाजूक असा हा प्रेमाविष्कार त्याने अगदी ओळखूही येणार नाही अशा तऱ्हेने अंतरातल्या अगदी तळच्या भागात, त्याला व्यवहारी संकेतांचा कुठे धक्काही लागणार नाही अशा तऱ्हेने झाकून ठेवला काय?

राम हा मर्यादा पुरुषोत्तम, तर कृष्ण हा प्रत्येक गोष्टीत शीग ओलांडणारा झाला. प्रत्येक गोष्टीला पारंगतता त्याने आणली. अमर्याद सौंदर्य व चैतन्य तिच्यात ओतले. वाऱ्याच्या झोताप्रमाणे सोसाट्याचे जीवन तो जगला. बाळपणी खेळांत त्याचे पटुत्व होते. जीव ओतून तो खेळला. चोरीलाही त्याने रमणीयत्व आणले. विनोदाचे अंग मनमुराद जोपासले. भारतीय तत्त्वज्ञांना विनोदाचे वावडे-किंबहुना, जगातील साऱ्याच तत्त्वज्ञांना. अपवाद फक्त एका कन्फ्युशियसचा! ज्याला विनोदाचे अंग नाही तो संत होत नाही, असे त्याने प्रतिपादन केले. कृष्णाच्या गीतेत विनोद नाही. ती कृती गंभीर आहे. पण कृष्णाच्या पूर्वजीवनात खेळकर विनोद खूप आहे. तो नसता तर गीतेचे गांभीर्य उणावले असते.

कृष्णाचा पिंड कलासक्त।. संगीताचा तो उपासकच. पण ही कलासक्तीदेखील त्याच्या प्रीतीप्रमाणे पृथ्वीवरच पाय रोवून प्रथम उभी राहिली. त्याने वीणा घेतली नाही तर बासरी घेतली. तो तुकडा त्याने प्राण भरून मोहरवला. कृष्णाच्या लहरी पाव्याची गोडी अमर आहे. गुराख्याचे साधेसुधे ते वाद्य; पण कृष्णाने त्याला किती जिवंत केले. अगदी प्राकृत, ढोबळ दिसणाऱ्या गोष्टींनाही चिरंतन कलामूल्य आणावे कृष्णानेच. कलावंताचे उतू जाणारे, स्वत:ला होमू पाहणारे व्यक्तिमत्त्व हे कृष्णाच्या जीवनाचे प्रमुख अंग आहे.

हा उतू जाण्याचा, विसर्जनाचा गुण इतका अनिवार झाला आहे की कृष्ण स्वत: एका भूमिकेतून चटकन दुसरीत जायचा व तिच्याशी एकदम तन्मय तर व्हायचाच, पण हे करताना पूर्वभूमिकेशी संबंधित व्यक्तींनाही होमून मोकळा व्हायचा. देवकीला मातृपद देऊन तिला त्याने मागे टाकले. तेच दैव यशोदानंदांना मिळाले. गोपगोपींच्याही वाट्याला तेच आले. बरे, मथुरेच्या प्रजेला तरी कंसवधानतर तो चिकटून राहिला? मुळीच नाही. मथुरा सोडून तो द्वारकेला गेला. योद्धा म्हणून मिळवलेल्या कीर्तीचे विसर्जन भारतीय युद्धात हाती शस्त्र न धरण्याची प्रतिज्ञा करून त्याने केले व तत्त्वज्ञाची भूमिका धारण केली. ही भूमिका धारण करताना त्याने यादवांच्या त्यागाची तयारी केली; ते उन्मत्त झाल्याचे पाहून स्वत:च पुढे यादवांचा नाशही घडवून आणला.

या अनासक्त योगेश्वराला उचित मरण समाधीचे! पण याही पारंपरिक भूमिकेचा त्याने त्याग केला. त्याला मरण आले विजनात. व्याधाचा बाण लागून. मुलगा, सवंगडी, भाऊ, वादक, प्रियकर, योद्धा, पती, राजा, राजकारणपटू, वक्ता, तत्त्वज्ञ या साऱ्या भूमिकांत अपरंपार रस ओतून कृष्णाने शेवटी या साऱ्यांची परमावधी साधा माणूस म्हणून मरण पत्करण्यातच गाठली! ख्रिस्ताने मरतेवेळी ''परमेश्वरा! मी काय पातक केले म्हणून तू मला ही शिक्षा केलीस!'' असे उद्गार काढले. मला ते उद्गार विनम्र माणुसकीला तो पारखा झालेला नाही याचे द्योतक वाटतात. डुकराचे मांस खाल्ल्याने अतिसार झाल्यामुळे गौतम बुद्धाला मरण आले. यातही सामान्य मानवाच्या शरीराची नियती योगात सिद्धी मिळविलेल्यांच्याही वाट्यास येते, हेच आढळून येते. तीच कथा कृष्णाच्या लीन मरणाची.

कृष्णाच्या गोपीशी केलेल्या 'व्यभिचारा'चा मोठा बाऊ केला जातो. कृष्णाने ते जीवन

स्वीकारले ते सामान्य प्राकृत माणूस ज्या तऱ्हेने स्वीकारील त्याच तऱ्हेने स्वीकारले हे खरे असले, तरी त्यामागेही सामान्य माणसाच्या नियतीत मिठाच्या खड्याप्रमाणे विरघळून त्याला आपला गुण देण्याचे त्याचे कसब होते हेही खरे! लहान मुले, पशु-पाखरे, अशिक्षित, लहानमोठ्या सुरूप-कुरूप स्त्रिया, साऱ्यांचा स्वीकार त्याने समभावाने केला, त्यांच्यातला एक म्हणून केला आणि काही काल जरी त्यांच्यात तो पूर्ण गुरफटल्यासारखा वाटला, तरी जेव्हा त्यांना सोडणे प्राप्त झाले तेव्हा त्याने फिरून त्यांच्याकडे वळून पाहिले नाही! पौगंडदशा संपते न संपते तोच त्याने राधेला सोडले. मग इतर गोपीकडे वळून पाहणे दूरच! पुढे त्याने गृहस्थमाश्राचा स्वीकार केला. आणि शेवटपर्यत कुटुंबवत्सलाचा पेशा त्याने राखला तरी स्वतःचा वंश वाढू दिला नाही. तिथेही त्याने अपत्यमरणाच्या वेदना मुक्याने सोसल्या आणि त्या अष्टनायिकांच्या पसाऱ्यातही तो एकाकीच राहिला!

आसक्ती व विरक्ती यांची परमावधी त्याने कुशलतेने गाठली. मेघासारखा रिता होऊन तो गेला. द्वारका जळाली. पांडवांनाही राज्याचे सुख असे मिळालेच नाही. भारतीय युद्धातले दुःख त्यांना जन्मभर जाळीतच राहिले. कृष्णाचे राहिले काय? काही नाही. फक्त जळत्या कापराचा वास. स्वतःचे व्यक्तित्व स्वतःच पुसून टाकण्याचे त्याचे कौशल्य अपूर्व खरे.

पण तरीही कृष्ण आजच्या जगाच्या विशाल अनुभूतीत सामावेल असे म्हणता येणार नाही. कृष्ण फिरून आजच्या जगात फिरताना पाहावा, तो आला तर जगात सुख मिळेल, असे मला वाटत नाही. किंबहुना, तो त्या जुन्या वाङ्मयाच्या अवगुंठनात आहे तोवरच त्याचे चिरंतनत्व कायम राहील. कारण यंत्रयुग आले आणि कालही सावध झाला. जास्त शहाणा झाला. कुणाचीही एकाकी पावले पडली तर त्यांचा मागोवा घेऊन आपले चक्र फिरवण्याचा भाबडेपणा त्याच्यात आता राहिलेला नाही. व्यासाच्या काळी, लोककथातल्या कधीं नव्हेशा कोण्याएका कल्पित काळी, कृष्णाचे जीवन विश्वव्यापक झाले; पण आता व्यक्तिजीवनाच्या समग्र कक्षा वाढल्यामुळे कोणताही एक सर्वांगीण आदर्श पुरुष आताच्या सुसंस्कृत जीवनाला व्यापून दशांगुळे उरण्याइतका मोठा वाटणार नाही. पूर्वीच्या धर्मप्रवर्तकांएवढ्या मोठ्या व्यक्ती केवळ तात्कालिक चळवळ्या जीवनाच्या अग्रभागी चमकतील एवढेच. समग्र मानवी जीवनाचे तत्त्वज्ञान सांगण्याचे धाडसही आता कुणी करणार नाही. कृष्णाचे प्रेम त्याच्या काळी सुंदर होते. त्याचे राजकारणपटुत्व आजच्या गणराज्याला पुरेसे नाही. या महामानवाचे जे जे म्हणून होते ते ते आजच्या संस्कृतीच्या प्रगल्भपणाला पुरेसे नव्हते. कृष्ण हा पूर्णपुरुष म्हणूनच प्राकृतही होता. कृषिसंस्कृतीचेच प्रतीक तो होता यात संशय नाही. हल्लीच्या यांत्रिक, नागर संस्कृतीत तो राहील तर केवळ साठवणीचा अलंकार म्हणूनच; पौरुष, प्रीती, संगीत व तत्त्वज्ञान यांचे प्रतीक म्हणूनच. कृष्णकथा शतकोशतके कोट्यवधी मुखांत गाजवून अखेर शहाण्या झालेल्या कालाने, कृष्णाचे स्वरूप प्रतीक म्हणूनच स्थिर केले.

महामानवाची स्वप्ने अजूनही भलेभले पाहतात; पण यंत्रयुगात महामानवाचे विसर्जन होते, उज्जीवन होत नाही. कारण मानवी मनाच्या मूलभूत दुबळेपणाची जाणीवही आता आम्हांला झाली आहे. महामानवाचे अंतर्मन का आणखी निराळ्या वाणाचे व गुणाचे होणार आहे? आणि आता असा महामानव प्रत्यक्ष आमच्यात येण्याची शक्यता नाही, ही जाणीव आहे म्हणूनच आम्ही या पूर्वकालीन थोरपणाच्या आदर्शांना गौरवतो, प्रतीके म्हणून जोपासतो आणि त्यांच्या-आमच्यातले अंतर कमी होणार नाही अशी दक्षता घेतो.

२

मोहरीतली ठिणगी

महाभारताची शोकांतिका कशात आहे? द्रौपदीच्या पुत्रांच्या निधनात? कर्णाच्या बलिदानात? कुंतीच्या अविरत वाहत्या दु:खाच्या धारेत? कौरवांच्या भीषण संहारात? मला वाटते, हे सारे दु:ख एकत्र केले तरी ज्ञान-लालसेतून जन्मलेल्या ज्या अभिमानाने, आणि लीनतेने काठोकाठ भरलेल्या ज्या अभिनव अनामिक दु:खाने एकलव्याला पूर्णपणे एकाकी केले, त्या दु:खाच्या कणाचीही बरोबरी या थोरांच्या जगन्मान्य दु:खांना यायची नाही. आणि कशी येणार? त्यांच्या प्रत्येकाच्या दु:खांत स्वत:चीही काही प्रमादांची भागीदारी होती. स्वत:च्या कर्माचे भोक्तृत्व होते. पण एकलव्याचे भोक्तृत्व? त्याचे अखेरपर्यंत वर्णन करायला व्यासाचीही लेखणी आखडली. मात्र जिथे एकलव्याची कथा संपली, तिथे तो धागा एकदमच गुंडाळून घेऊन त्याला कायमचा विराम–अपुऱ्या अवस्थेत विराम–देण्याचे जे कसब व्यासाने दाखविले आहे त्याला तोड नाही. कवीचे मौन हे सर्वांत निर्माणशील असते असे म्हणतात. त्या दृष्टीने पाहिले तर आपल्या कृतीत असे निर्मितीची बीजे पोटी साठवणारे मौन एकट्या व्यासानेच धारण केलेले मला दिसते. मात्र कधी संदेह येतो की, प्रतिष्ठितपणाच्या गाभ्यालाच आव्हान देणाऱ्या झोंबऱ्या व चावऱ्या सत्यालाच झाकून टाकण्याची 'नरो वा कुंजरो वा' अशी चलाखी तर यांच्यामागे नसेल? थोडे सांगितले व सत्याची एक झलक कायम राखली. वरवर पाहता एकलव्याची कथा जशी घडली तशी आली. पण तिचे साद-पडसाद? कुठे गेले ते? देवयानीच्या प्रेमहानीचा आक्रोश, त्याचे सारे सारे सूक्ष्म प्रतिध्वनी स्वच्छपणे ऐकू येतात. दमयंतीची व्यथा, तिचे सुखही किती कोमलपणे सांगितले गेले. सावित्रीच्या पातिव्रत्याची कथा पावित्र्याने ओसंडून गेली. पण एकलव्याची कथा सांगताना मात्र रोकडा एकसूर आणि अतिसंक्षिप्त वाणी कां वापरली गेली? इथे कविमन तुडुंब भरून जाण्यासारखे काहीच नव्हते? ओसंडून पुरासारखे वाहून जाण्याइतके आवेगी सत्य इथे नव्हतेच काय?

पण असे तरी कसें म्हणावे? एकलव्य मौनात झाकला गेला तरी द्रोण मागे राहिलाच.

त्याच्या जीवितसाफल्याच्या विफल कहाणीतच एकलव्याची अनामिक उत्तरकथा पाहायला मिळते. नायक गेल्यावर रंगलेले खलनायकी नाटक द्रोणकथेचेच. आणि एकलव्याच्या या उत्तरकथेचे भान जागृत होते म्हणूनच व्याधगीता, भगवद्गीता, वगैरे अनेक उपदेशपर तत्त्वज्ञानांच्या हिरव्या गाथा ऐसपैस पसरलेल्या दिसताहेत. एकलव्याच्या कथेतून निघालेले कुरूप सत्य झाकण्यासाठी किती आटापिटा करून ही गोंडस तत्त्वज्ञाने सजवावी लागली. एका व्याधपुत्रावरच्या अन्यायावर पांघरूण घालण्यासाठी दुसऱ्या व्याधाकडून संसारी तत्त्वज्ञान किती चांगल्या तऱ्हेने सांगितले. भगवद्गीतेत कुठल्या नीतीचे दिग्दर्शन नाही? मात्र या दोन्ही तात्त्विक चिंतनांतून एकलव्याच्या हकिकतीला, त्याच्या वेदनेला, कुठेच उत्तर नाही. पहिल्यात आईबापांच्या सेवेचे मोठे अवडंबर माजवून व्याधाला उंचावले आहे, तर भगवद्गीतेत विराट दर्शनाच्या अनुषंगाने लांबचे तेवढे दाखवून आत्म्याच्या अमरत्वाचा गौरव केला आहे आणि जवळचे टाळले आहे. कदाचित जर एकलव्याने तक्रार केलीच असती, तर दोन्ही पक्षी त्याच्या तक्रारीला संमोह हे सुंदर नाव मिळाले असते. पण स्वत:च विद्या शिकून तरबेज झालेला आणि त्या तरबेजपणापायी अंती पोळलेला एकलव्य तक्रार तरी कशाला करतो आहे? आणि केली तरी ऐकू कुणाला येणार? अशा चिरडलेल्यांच्या दु:खाचा आवाज बालसदृश साध्यासुध्या माणसांनाच ऐकू येतो आणि समजतो. पण त्यांच्या समजण्याला वाचा नसते. आणि व्यासाने कुठे अशांसाठी महाभारत लिहिले? थोरांच्या कथा-थोरांनीच ऐकण्यासाठी त्या लिहिलेल्या. थोरांचे चुकते कधीकधी. पण ते आपले एवढेसेच टिंब असते; त्यांचीही चरित्रे माणसांचीच चरित्रे होती हे दाखवण्यासाठी ही विरामचिन्हे असतात. साध्यासुध्या व्यवहाराशी बांधून घेतल्यामुळेच सामान्य माणसांतला व त्यांच्यातला दुवा अढळ राहतो. त्यांच्यामुळे त्यांचें यश गालबोटते थोडेच?

तत्त्वज्ञ, राजकारणी व्यासाचा उघड न्याय हा असला, तरीही त्याच्यात लपलेला कलावंत व्यास मोठा खट आहे. किती दाबले, दटावले तरी तो ऐकत नाही. बाहेरच्या व्यासाला जे दिसेल तेवढेच सत्य तो मानीत नाही. सत्यालाही पापुद्रे असतात. दर पदराचा रंग वेगळा. प्रत्येक रंगाची छटा वेगळी, पोत वेगळे, मूल्य निराळे, हे तो जाणतो आणि बरोबर त्या रंगच्छटेला, त्या पोताला, त्या मूल्याला तो वेचून काढून योग्य ते नाव देतो. त्याला नीट मोजतो, मापतो, आणि मग स्वत:चा कुंचला घेऊन त्या ठळक आकृतीमागे स्वत:ला दिसलेली अशी एक रंगाकृती तयार करतो. फिकट, फार फिकट आणि पारदर्शक असतें ती. फार निरखले तर तिच्या रेषाही हरवतात. पण मुख्य ढोबळ आकृतीकडे पाहिले तर तिच्या मागे ही आपली सदा उभी असते. कधी तिला साथ देत तर कधी तिचे विडंबन करीत. बरे, नुसती कलाकृती काढूनच तो थांबतो का? नाही. कधी तो मूळ आकृतीच्या बाजूला विचित्र आलेख कोरतो. कधीकधी नादांची भिंगरी ही त्या आकृतीभोवती फिरती ठेवतो. कधी ते स्वर सुसंवादी असतात, कधीकधी विसंवादी.

डोळे जे पाहतात, त्याच्या विरुद्ध कान ऐकतात. पण जेव्हा नाद आणि दृश्य एक होते, तेव्हा एक नवीनच कलाकृती पुढे येते. सुंदर, असुंदर, रुद्र, करुण, प्रसन्न, भीषण असे कसलेच विशेषण तिला लावता येणार नाही. आतल्या व्यासाची भेदक कलादृष्टी या द्वंद्वांची भेदरेषा ओळखीत नाही. ती जाणते एकच तत्त्व. कालाच्या सर्व थरांतून, मानवामानवांतून वाहणारी माणुसकीची संततधार. जिथे ती धार खुंटते, तिथे व्यासाचा कलानिष्ठ क्रोध, त्याचा दु:खावेग उसळून उठतो. आणि तो आपल्या आकृतीत खरे रंग जीव भरून ओतू लागतो. जीवनाच्या तालावर मृत्यूचे संगीत गाऊ लागतो.

गाणीच गाणी या कलावंत व्यासाने गायिली. पण एक गाणे असे आले की स्फुरता स्फुरेना. सोडू म्हटल्या सुटेना. त्या गाण्याच्या अमूर्त सुरांनी, भावांनी तो झपाटला गेला. आणि त्या अवस्थेत एकलव्याची व्यथा द्रोणाच्या चिरव्यथेत एकरूप झाल्याचे त्याने पाहिले. नव्हे, ही कथा आता एकलव्याची राहिली नाही की द्रोणाची. बुद्धिमंतांच्या अविकसित आकांक्षांची भीषण शोककथा ती झाली. अशा ज्ञात्यांचे विशाल जग मोहरीएवढे हलके व लहान आहे. किती प्राण त्यात ओता, ते क्वचितच एखाद्या महाभागाच्या स्पर्शाने परत विशाल व्हायचे. मोहरी परत आपली मोहरीच. एकाला मोठे व्हायचे तर दुसऱ्याने ठेंगणे राहिले पाहिजे, अशी परंपराच त्या मोहरीतल्या ठिणगीने तयार केली. 'तू नाही तर मी' चे तत्त्वज्ञान झाले. बलशालीचे बल निसर्गसिद्ध, तप:साध्य राहिले नाही. व्यवहारी समर्थांच्या हाती बल गेले. बुद्धी, कौशल्य, साऱ्यांचे नियोजन द्रोणाने एकलव्याचा आंगठा कापून घेतला तेव्हापासूनच सुरू झाले; या निर्माणक्षयी नियोजनाला एकदा जी चालना मिळाली ती अद्याप, कुठेही पाहा, केव्हाही पाहा, सारखी आपली फिरतीच आहे.

द्रोण दरिद्री ब्राह्मण. ब्राह्मणाला दारिद्र्य हे काही अपरिचित नाही. परंतु दारिद्र्याने ज्याचे मन अक्षरश: भाजले-पोळले, व ते कधीही पूर्वीप्रमाणे टवटवले नाही, असा द्रोणासारखा ब्राह्मण विरळाच. विद्यार्थिदशेतला द्रोणाचा मित्र द्रुपद. दोघांनी आमरण मैत्रीच्या शपथा घेतलेल्या. द्रोण सर्व विद्यांत पारंगत. युद्धाच्या शास्त्रात तर अप्रतिम प्रवीण. पण गृहस्थाश्रमी झाला आणि दारिद्र्याचे काटे त्याला बोचू लागले. मूल दूध मागू लागले. दूध नव्हते. पाण्यात पीठ घालून ते पाजले आणि मूल ''मी दूध प्यालो!'' म्हणून नाचू लागले. ते पाहून बापाचे अंत:करण फाटले. द्रुपद आपला मित्र, जावे त्याच्याकडे, म्हणून तो निघाला. द्रुपदाच्या घरी विपरीत अनुभव आला. द्रुपदाने त्याला ओळखही दिली नाही आणि उलट उपहास केला. त्या वेळी द्रोण अत्यंत संतापला. त्याला आपल्यातल्या क्षात्रविद्येची आठवण झाली. द्रुपदाला मुलाबाळांसकट ठार मारण्याची प्रतिज्ञा करून त्याने धृतराष्ट्राच्या दरबारी राजपुत्रांना शस्त्रविद्या शिकविण्याचे काम पत्करले. त्यात अर्जुनाचे कौशल्य पाहून याच्याच हातून आपल्याला आपल्या कार्याची सिद्धी करता येईल ही आशा त्याने मनात बाळगली. अर्जुनाच्या महत्त्वाकांक्षेला त्याने खूप खत घातले. ''तुझ्यासारखा

धनुर्धर होणार नाही'' हे अभिवचन त्याने अर्जुनाला दिले.

आता परिस्थिती सुधारली तरी त्याचे मन द्रुपदाविषयी वैर वाढवीतच राहिले. इतके की, शेवटी द्रुपद राहिला बाजूलाच, पण त्या वैराने द्रोणाच्या मनाचा कोपरान् कोपरा ठणकू लागला. त्याच्या रोमारोमात असहिष्णुता भिनली. ''गुरू काय तो मी. शिष्य काय तो माझा. विद्येची मर्यादा मी दाखवीन तीच,'' अशा उद्दाम रोगट वृत्तीच्या या माणसात ज्ञानाचा संयम, विनितता यावी तरी कोठून? याच अनुदार, आत्मकेंद्री वृत्तीचे निदर्शन एकलव्यासारख्या वन्य राजकुमाराला त्याने शिष्य करून घेण्याचे नाकारले यात होते. पण तरीही द्रोणाला गुरू मानून एकलव्याने धनुर्विद्येत जे प्रावीण्य कमावले ते पाहून अर्जुनाला कमालीचा मत्सर वाटला. आणि हा भिल्लकुमार आपल्या गुरूचा शिष्य आहे हे पाहून तर अर्जुनाचा संताप अनावर झाला. त्याने गुरूला आपल्या वचनाची आठवण करून दिली. आणि गुरूनेही गुरुदक्षिणेच्या निमित्ताने एकलव्याच्या उजव्या हाताचा आंगठा तोडून मागितला. एकलव्याने कुरकुर न करता तो तोडला. झाले. इथे त्याची पूर्वकथा संपली. पण जिथे एकलव्याचे जिवंत मरण सुरू झाले तिथूनच द्रोणाच्या मृत जीवनाला सुरुवात झाली होती. राजघराण्यात आपली प्रतिष्ठा कायम राहावी या हेतूने द्रोणाने अर्जुनाला अभिवचन दिले आणि वरवर पहाता क्रौर्याचा, अन्यायाचा डाग लागत असतानाही ते पूर्ण केले. यात शिष्याचे प्रेम तरी त्या तऱ्हेचे असायला हवे होते! पण तेही डागळलेलेच होते. मिंधेपणाचा डाग लपवण्यासाठी द्रोण नाना तऱ्हेच्या बहाण्यांचा आश्रय घेत होता. समजूनउमजून नव्हे, तर तो त्याचा स्वभावच बनला होता. एकदा गेलेले दारिद्र्य परतून येईल की काय, हीच धास्ती बहुधा त्याला गिळीत असावी. दारिद्र्याच्या या पाठलागापासून तो कधीच मुक्त झाला नाही. त्याचा धंदा शूराचा. पण या भीतीवर त्याला जय कधीच मिळवता आला नाहीं.

आपल्याप्रमाणे आपला मुलगा यशस्वी व्हावा, आपल्यापेक्षा सवाई व्हावा, असे कुठल्या बापाला वाटत नाही? द्रोणालाही तसे वाटले तर काय नवल? पण नवल हेच की ज्याने एकदा जीवनाकडे आत्मकेंद्रित दृष्टीने पाहायला सुरुवात केली, त्याला इतर सर्व तऱ्हेची इमाने पारखी होतात. द्रोणाचे तसेच झाले. कौरवपांडवांमुळे त्याचे दारिद्र्य गेले. त्याला राजाश्रय मिळाला पण त्या अशांत शास्त्रवेत्त्याच्या मनांत कसल्याच निष्ठेला आधार राहिला नाही. स्वामिभक्तीच्या सर्वश्रेष्ठ मूल्यालाही त्याने डाग लावला. आपला मुलगा अर्जुनापेक्षाही सरस व्हावा या लालसेने त्याने इतर मुलांना कामाला पाठवावे आणि अश्वत्थाम्याला मात्र अमूल्य अस्त्रे शिकवावी. ही त्याची लबाडी अखेर उघडकीला आली. तरीही त्याने एक अमोघ अस्त्र आपल्या मुलाला चोरून दिले ते दिलेच. द्या त्यामुळे किती भयंकर शाप पुढे त्याच्या वाट्याला आला! अर्जुन आणि द्रोण एकाच हीन ईर्ष्येने पेटलेले-आपल्याहून कुणी प्रवीण असू नये. असलाच तर त्याचा काटा कसाही काढावा. शिखंडीचा आश्रय घेण्याचे धैर्य अर्जुनाला झाले ते याचमुळे. अर्जुनाला कृष्णाचा

आधार होता म्हणून त्याचे सर्वच न्यून झाकले गेले. पण जसे कौरव बलिष्ठ झाले, तसा द्रोण मात्र अधिकाधिक चेपला गेला. दुर्योधनाच्या एकेका कृत्याचे समर्थन, मनात असो वा नसो, करणे त्याला भाग झाले. मातबर कौरवांचा तो मिंधा झाला. पांडव पदहीन होते. त्यांच्याबरोबर तो जाऊ शकला नाही. कौरवांच्या प्रत्येक कृत्याबरोबर द्रोणाची मान खाली होत होती. डोळे उघडत होते. पण वय गेले होते. कौशल्य मिंधे झाले होते. एकलव्यावर आपण केलेल्या अन्यायाचे स्मरण या प्रसंगी त्याला कधीच झाले नसेल का? झाले असले तर आपल्याला कौरवांच्या अन्यायाविरुद्ध बोलायला अधिकारच नाही असे त्याला वाटले असावे आणि म्हणून तो दीनवाणा होऊन गप्प राहिला असावा. पण जर ते स्मरणही त्याच्या मनातून निसटले असेल, तर मात्र बधिरतेच्या बाधेने तो पुरता घेरला गेला असला पाहिजे.

विद्यावंतांची बधिरता हा संस्कृतीला लागलेला मोठा शाप आहे. बुद्धिवंतांची संवेदनक्षमता करवंडली की मग पाशवी बलाचाच आग्रह अनावर होतो. स्वतःची कीव करीत भले भले बसतात आणि मग चळवळे, दुय्यम दर्जाचे लोक सामर्थ्याची सारी क्षेत्रे काबीज करतात. पण ती त्यांनाही फार काळ पेलत नाहीत. जागा मोठ्या, माणसे लहान-असे उलटे गणित सुरू होते. हे उलट्या गणिताचे चक्र द्रोणाने युगापूर्वी फिरविले. अजून ते तसेच फिरते आहे. द्रोण गेला तरी तडफडाट गेला नाही. अश्वत्थाम्याच्या रूपाने त्याला अमरपणा आला. ज्या अस्त्रामुळे अश्वत्थाम्याला युद्धात मरण आले नाही, किंबहुना चिरंजीवित्व त्याच्या वाट्याला आले, त्यात कोणते सुख त्याला झाले? द्रौपदीची मुले अश्वत्थाम्याने झोपेत असताना मारली. पण मातेचे दुःख काय असते हे कळल्यामुळे द्रौपदीने त्याला जीवदान दिले. पण त्याच्या आईने काय पाहिले? मुलाचे अखंड भळभणारे मस्तक. कधी न मिटणारी वेदना. कधी न संपणारे वणवण भटकणे व याचना. एकलव्य मेला. सर्वस्व गुरुचरणी अर्पिल्याचे समाधान बरोबर घेऊन गेला. पण त्याच्या अघोर वचनेची ही उत्तरकथा संपवणे व्यासाच्याही शक्तीपलिकडचे आहे. जोवर कमअस्सल ईर्ष्येने पछाडलेले बुद्धिवंत आहेत तोवर मोहरीतली ठिणगी अशीच पेटणार.

दुःख गिळणे ही एक श्रेष्ठ तपस्या आहे. साऱ्या कला, तत्त्वज्ञाने, सौंदर्य याचा साक्षात्कार याच दुःख गिळण्याच्या शक्तीत आहे. मुक्त दुःख अभिनव प्रज्ञा देते. जुन्या अनुभवाच्या जड संपुटात ते कोंडले की त्याची निर्माणशक्ती खुंटते. तसेच द्रोणाचे झाले. एकलव्याने सारे गिळले, पण द्रोण हा अश्वत्थाम्यावरच्या कोत्या प्रेमामुळे फुकट गेला. त्याच्या प्रेमाने त्याची ज्ञानतपस्या अपुरी राहिली. त्याच्याच मरणाबद्दल 'नरो वा कुंजरो वा' असे युधिष्ठिराने म्हटल्याबरोबर तो कोसळला. जे पुत्रमरणाचे दुःख द्रौपदीसारखी स्त्री समंजसपणे सोसू शकली, त्यातून औदार्याचा धडा नव्याने शिकली, ते द्रोणासारख्या आचार्याला, शूराला साधले नाही. रणांगणाबाहेर तो वीर नव्हता. विद्येच्या आखाड्याबाहेर तो ज्ञानी झाला नव्हता. त्याने जपले ते फक्त त्या मोहरीतल्या आगलाव्या

व्यक्तित्वाला. आणि त्या क्षुद्र व्यक्तित्वाची शोकांतिका सर्वांत जर कशात असेल तर गुरूशी प्रतारणा करणाऱ्या युधिष्ठिराला कायमचे गालबोट लावून व्यवहारी व्यासाने द्रोणाला अधिकारी स्वराने जो न्याय दिला त्याच्यात. या न्यायदानाचे एकांगी स्वरूप किती केविलवाणे आहे! एकलव्याच्या बाबतीत झालेल्या अन्यायाचे जनक दोन : द्रोण व अर्जुन म्हणजेच पांडव. त्यांना मात्र व्यवहारी व्यासाने सर्वच जबाबदारींतून मुक्त केले. पण पुढे जेव्हा या गुरुशिष्यांचा विपरीत संबंध आला तेव्हा युधिष्ठिराला बोल लावून व्यास मोकळा झाला. त्यातही जय त्याने पांडवांचाच ठेवला. न्यायाचा मान त्याला मिळाला. पण त्या न्यायापेक्षा कितीतरी मोठा अन्याय त्याने जो पूर्वी केला होता, त्याचे निरसन तर राहोच, पण तो पुढे कुठे, कधी घडू नये एवढेही श्रेय त्याला घेता आले नाही. पांडव दुहेरी अन्यायाचे मात्र वारस झाले. हेच मोठ्या जाणत्या माणसांचे दौर्बल्यचक्र सारखे फिरते आहे. ते कोण आवरील?

३ कोंडलेले क्षितिज

अश्वत्थाम्याची मूर्ती आठवली की मला गुदमरल्यासारखे होते. खूप मोठा बिलोरी आरसा असावा आणि त्याची मोजता येणार नाहीत अशी शकले-शकले व्हावीत आणि तरीही प्रत्येक भंगलेल्या तुकड्यात आजूबाजूचे मावेल तेवढे प्रतिबिंब मात्र सारखे दिसत राहावे, आणि एकेरी प्रतिबिंबांचा एकमेकांशी ताळमेळ नसला तरी त्या सर्वांतून एकाच गोष्टीचे रूप बिंबलेले दिसावे, तसेच अश्वत्थाम्याच्या व्यक्तिमत्त्वाचे झाले आहे. द्रोण, पांडव, युधिष्ठिर या साऱ्यांत तो दुभंगला. युद्धाने साफ भंगलेली व्यक्ती जर कुणी असेल तर हीच. युद्धाने याचे सारे व्यक्तिमत्त्वच तिरकस झाले. रुद्र, भयानक आणि तरीही अती खंतावलेला दुसरा कुणी पुरुष महाभारतात याच्यासारखा नाही. त्याच्या विदीर्ण व्यक्तिमत्वाच्या कणांना सांधणारा एकच मानसिक दुवा आहे : तो म्हणजे सरलतेचा, बालभावाचा. तो शेवटपर्यंत वोढाळ मूलच राहिला. तो वीर झाला, पण जाणता झाला नाही, मोठा झाला नाही. योद्धा झाला, पण पुरुष झाला नाही. तो नपुंसक नव्हता, पण पौगंडदशेच्या पलीकडे त्याचे मन पोचू शकले नाही. अपरिपक्व नवयुवकाचे मन एकदा आदर्शवादाने पछाडलेले म्हणजे ज्या विकृती भोगते, त्याच विकृती–बऱ्या आणि वाईट–अश्वत्थाम्याच्या वाट्याला आल्या. त्या जाज्वल्य वृत्तींना मनोरम आकार देणे, आदर्शवादाला मुक्त स्वरूप देणे त्याला जमले नाही. हा मुलगा स्वप्नेही नीट पाहणारा नव्हता आणि वास्तवाशीही त्याचे नीटसे नाते कधी जमले नाही. सदा बावरलेला, भित्रा नसूनही गडबडलेला तो दिसतो. स्वत:चे हरवलेले काहीतरी कावरेबावरेपणाने शोधीत राहतो. कुणी पाहिले तर जागच्या जागी संकोचून उभा राहतो. संकट सामोरे आले तरच तो ताठ उभा राहतो आणि निकराने आणि विश्वासाने ते दूर करतो. बोलणे सहसा याला माहीत नाही. पण जगाकडे पाहण्याची दृष्टी चौकस नसली तरी मायाळू. स्वसंरक्षणाविषयी हा जागरूक आहे. पित्याने दिलेल्या ब्रह्मशिर-अस्त्रामुळे वास्तविक ब्रह्मांडाला जाळील, बारा वर्षे पृथ्वी निर्बीज करील, असे कोणाचाही थरकाप करणारे अस्त्र त्याला

विद्यार्थिदशेतच मिळाले होते. मुळातच हा अंतर्मुख; पण अंतर्मुखतेला गूढ सत्याचा आविष्कार झाला नाही. कारण त्याची कल्पनाशक्ती अधू होती. त्याची वासना रंगरसहीन होती. त्याच्या पौरुषाची क्षितिजे मुळातच त्याच्या बापाने वात्सल्याच्या विपरीत उद्रेकात कोंडून टाकली होती. वात्सल्याच्या या उफराट्या कोंडीतून अश्वत्थामा कधीही मुक्त झाला नाही.

योगायोगाने युद्ध आले. थोरामागे थोर सेनानी पडले, आणि उडत्या प्राणांचे क्षीण कण धुळीत मिसळणाऱ्या दुर्योधनाच्या इच्छेचा अंकुर अश्वत्थाम्याच्या वैशिष्ट्यपूर्ण युद्धकृतीत स्फुरला. धूळ, रक्त, गिधाडे, कोंडलेल्या काळोखी दिशा, असंयत वैर, कमालीचे वैराग्य आणि निराशा, या सर्वांचा अर्क त्याच्या सेनापतीच्या भूमिकेत आढळतो. वास्तविक सेनापतीची भूमिका ही मुळी अश्वत्थाम्याची नैसर्गिक भूमिकाच नव्हे. भीष्म, द्रोण, कर्ण वगैरेंना ती साजेशी होती. या भूमिकेला लागणारे सुसंस्कृत, प्रगल्भ व टवटवीत व्यक्तिमत्त्व आणि कल्पकता ही त्याच्यामध्ये नव्हती. पण थोरांमागे थोर पडले आणि हे माडाएवढे वाढलेले थोराड, निष्ठावान, बलिष्ठ पोर केवळ प्रसंगामुळे सेनानी झाले. ते पायघोळ, ढिगाळ पद त्याच्या व्यक्तिमत्त्वाला केवढे तरी पुरून उरणारे होते. या योद्ध्याचे स्नायू आणि रक्त ही युद्धाने स्फुरली, पण मन यत्किंचितही तरल झाले नाही. ते झिंगले; पण कोणत्याही दृश्याने हलून नव्हे. बापाच्या मृत्यूच्या प्रसंगाने तो हादरला, पण त्या हादऱ्याने त्याला कैफ आला तो केवळ अजाण दुःखाचा. त्यातून उद्भवले ते मूढ क्रौर्य. आणि क्रौर्यात असायचा तेवढा सगळा रिक्तपणा, वांझोटा मोठेपणाही अश्वत्थाम्याच्या वाट्याला आला.

अश्वत्थाम्याचे जीवन सारे धुक्याने व्यापलेले वाटते. त्याच्या जीवननाट्यातले चार प्रसंगच काय ते व्यासाने प्रकट केले आहेत. आणि हे अपुरे नाटक त्याने कुठेही जोडणी न करता तसेच विस्कळितपणे बाजूला सारून दिले आहे. मनासारखा न जमलेला डाव त्याने उधळून टाकला आहे. आणि म्हणूनच अर्धवट असला तरी हा विस्कटलेला डाव पुन्हा मांडणे कुणाला जमण्यासारखे नाही. पहिल्या प्रसंगात दूध मिळत नव्हते तेव्हाचे बाळपणचे दृश्य आहे. दरिद्री बापाचे दुधाकरिता लालचावलेले मूल पीठ कालवलेले पाणी दूध समजून पिते आहे आणि आनंदाने ''मी दूध प्यालो!'' म्हणत थयथय नाचते आहे. या प्रसंगात बाळपणातले निरागसपण हे कुठेही केव्हाही आढळणारेच आहे. व्यक्तीचा विशेष असा काही नाही. दारिद्र्यावरचे ते एक दारुण भाष्य आहे. अविस्मरणीय असे. पण यात विशेष हाच की हे वैषम्याचे भाष्य याच मुलाच्या अनुसंधानात अमरवाणीत उच्चारले गेले. त्या अमर वाणीमुळे अश्वत्थाम्याच्या जीवनाची पार्श्वभूमी रेखाटली गेली. या पार्श्वभूमीमुळे आजूबाजूला धुके पसरले असले, तरी बिंदूबिंदूंनी इथे तिथे रेखाटलेली अश्वत्थाम्याची आकृती कल्पनेने अजमावता येते.

दुसरा प्रसंग त्याच्या विद्यार्थिदशेतला, पण दोन दृश्यांत विभागलेला आहे. द्रुपदाशी

वैराची प्रतिज्ञा करून आलेला द्रोण मुलांबाळांसहित द्रुपदाला नाहीसे करण्याची मनोमन प्रतिज्ञा करतो. त्या प्रतिज्ञेच्या पालनाचा प्रारंभ तो मुलाला विद्या देऊन करतो. कौरव-पांडव नंतर आले. अश्वत्थाम्याच्या स्वतंत्र, सहज वर्तनाचे अत्यंत ओझरते, एका वाक्यात मावणारे एकच मनोज्ञ चित्र व्यासाने रेखाटले आहे. हे कौशल्य म्हणावे की गफलत हे मला समजत नाही. पण हे टाकण्यासारखे खचित नाही, याचा उमज व्यासाला नव्हता असे कसे म्हणावे?

द्रोण नव्यानेच हस्तिनापुरी आलेला. आपले नावगाव गुप्त राखूनच तो कृपाचार्याकडे तेव्हा राहत होता. पांडव तिथे आसपास खेळायला यायचे. चोरून अश्वत्थामा त्यांच्यात मिसळायचा; पांडवांवर त्याचे मन जडले आणि त्या भाबड्या सरळ मुलाने अर्जुनाला–आपल्या लाडक्या मित्राला–आपणाला अवगत असलेली युद्धाची विद्या शिकवली. राजपुत्राची मैत्री म्हणजे केवढी भाग्याची गोष्ट. त्या भाग्याचे उतराई होण्यासाठी त्याने विद्या दिली का? गरिबी त्याला आतून टोचीत होती का? पण एवढे मात्र खरे की जे दिले ते अश्वत्थाम्याने भरलेल्या मनाने, उदारपणाने, लाजाळू वृत्तीने आणि खेळाच्या पावित्र्यात दिले. कुणाला न कळता मैत्रीचे ऋणप्रदान त्याने केले. चिमणीच्या दाताने खाऊ दुसऱ्याला द्यावा तसे. आणि हा खेळ कुठे जरा आकाराला येतो न येतो, तोच पित्याच्या आक्रमक धोरणाने अश्वत्थाम्याला हे स्वरूप आखडते घ्यावे लागले. तो संकोचला. द्रोणाने कौरवपांडवांना शिकवण्याचे काम उघड पत्करले. हा क्षण अश्वत्थाम्याच्या सहजतेला मारक झाला.

अश्वत्थाम्याचा भोळा प्रेमळपणा, त्याचा ऋजुपणा अर्जुनाला आठवतो. ही गुरुपुत्राबद्दलची भक्ती नाही, माणसाने माणसाला ओळखल्याची ग्वाही आहे. मैत्रीच्या शुद्धतेचे द्योतक आहे. अर्जुन द्रोणाच्या मरणाने फार तळमळला. विशेषत: युधिष्ठिराने अश्वत्थाम्यासारख्या भाबड्या जिवाशी असे कपट करावे याची त्याला फार चीड आली. युधिष्ठिराला या असत्य कर्माबद्दल दोष देताना अर्जुन म्हणाला, ''अश्वत्थामा अलौकिक आहे. साऱ्या प्राणिमात्रावर तो लोभ करतो.'' आणि ऐन युद्धप्रसंगातसुद्धा पांडवांबद्दलची अश्वत्थाम्याची भावना दुर्योधनाच्या मृत्यूपर्यंत सौहार्दाचीच होती. घटोत्कचाला तो ''वत्सा'' अशी हाक मारतो. ''माझे तुझ्याशी वैर नाही'' म्हणून सांगतो.

कर्णाचा मुलगा मेल्यावर कर्ण व अर्जुन यांचे युद्ध जुंपते, तेव्हा अश्वत्थामा दुर्योधनाला म्हणतो, ''दुर्योधना, पांडवांबरोबरचे वैर थांबव. युद्धाचा धिक्कार असो. मी व कृप अवध्य आहो. तू पांडवांबरोबर राज्य कर. मी सांगितले तर अर्जुन शांत होईल. युद्ध करणार नाही. कृष्णसुद्धा विरोध इच्छित नाही. युधिष्ठिर भूतहितात रत आहे. भीम व इतर भाऊ त्याचे अंकित आहेत. शांती कर. समेट कर.''

दुर्योधन ऐकत नाही म्हणून अश्वत्थामा रागावतोदेखील. परंतु युधिष्ठिराच्या भूतहिताच्या वृत्तीचा फायदा मिळत नाही तो मात्र एकट्या अश्वत्थाम्यालाच. त्याच्या

उद्गारातला व प्रत्यक्ष घटितातला विरोधाभास महाभारतात अजोड आहे. या विरोधामुळेच पुढे अश्वत्थाम्याच्या क्रौर्याला प्रतिपक्षीयांच्या विश्वासघाताची स्वाभाविक बैठक मिळते.

द्रोण मरेतावर बापलेक एकत्र होते. शरीराने व मनाने. पण हे मनाचे एकत्वच - अश्वत्थाम्याच्या विकासाच्या आड आले. त्याचे गोड, उदार व लाजाळू व्यक्तिमत्त्व लोपून गेले. मुळात त्याचा स्वभाव महत्त्वाकांक्षी नव्हे; बापाने आकांक्षा त्याच्यावर लादली. पांडवांवर दोघांचे प्रेम. पण तरीही विद्येबद्दलचा पक्षपात द्रोणाने केला. अश्वत्थामाही बापाच्या इच्छेप्रमाणे सगळ्या कुमारांबरोबर पाणी भरायला जायचा. त्याला मोठ्या तोंडाचा कुंभ बाप द्यायचा. त्याचे काम अर्थातच लवकर आटपे; आणि तो मग घरात आला की त्याला अगोदर बोलावून द्रोण त्याला अधिक शिकवी. बापाची आकांक्षा त्याला माहीत होतीच. बापाच्याच मानसिक संघर्षाचे प्रतिबिंब मुलात या वयातच पडले असावे काय? बापाच्या पक्षपाताला अश्वत्थाम्याने विरोध केला नाही. मुकाट्याने तो सांगेल तसे केले. प्रेमळ पण करारी पित्याचे कोणतेही मूल ऐकते, तसेच त्याने केले. कदाचित वाढत्या वयाबरोबर द्रोणाची जरबही त्याला बसली असावी. या प्रसंगातला त्याचा मानसिक संघर्ष कुठेच दाखवलेला नाही. त्यावरून एवढेच समजायचे की अश्वत्थाम्याच्या मनात वैयक्तिक महत्त्वाकांक्षा नव्हती. उत्कृष्ट योद्धा शिस्तीचा भोक्ता असतो. याच शिस्तीने अश्वत्थाम्याला गिळले. त्यातल्या त्यात जीवन सुखाचे होते. सुरक्षित होते. राजघराण्याला चिकटून राहण्यातच काय ते या ब्राह्मण पिता-पुत्र योद्ध्यांचे श्रेय होते. परशुरामाची स्वतंत्र युद्धप्रतिभा दोघांतही नव्हती. आश्रितांच्या पेशातला सुस्थितपणा आणि लाचारी यांच्या आहारी दोघेही गेले होते. यानंतर वर्षेच्या वर्षे जातात. अश्वत्थामा जणू सुस्थितीत पुरला जातो. तारुण्याचा पहिला बहर येतो आणि जातो. त्या वेळी तो काय करतो, कसा वागतो, त्याची मन:स्थिती कशी असते, कौरव-पांडवांच्या सदा वाढत्या वैरात त्याची मन:स्थिती कशी होते–काही काही व्यासाने सांगितलेले नाही. तो गृहस्थ होता, सुखी संसारी होता, एवढेच आपल्याला कळते.

आणि मग एकदम त्याचे दर्शन होते ते युद्धाचा वणवा पेटल्यावर. त्याचा आवाज कर्कशपणे उंच ऐकू येतो तो बापाच्या मृत्यूनंतर. हा जन्मला तेव्हा घोड्यासारखा म्हणे खिंकाळला. इतक्या जोराने हे मूल रडले, ते मोठे बळकट म्हणूनच. आणि म्हणूनच त्याचे नाव अश्वत्थामा पडले. पण हे कर्कश ओरडणे अक्राळविक्राळ आक्रंदनात, क्रूर गर्जनेने उमटले ते फक्त युद्धाच्या वेळी. याचा स्वभाव रागीट. संतापला की मग त्याला सुमार राहायचा नाही. त्यात आणखी मनाने घेतले तर वाटेल ते अघोर कृत्य करायला हा माघार घ्यायचा नाही, अशीही त्याची ख्याती होतीच.. बापाचा वध धृष्टद्युम्नाने व पर्यायाने पांडवांनी अधर्माने केला हे पाहून अश्वत्थाम्याचा संताप अनावर झाला. आता वैर हे भाडोत्री वैर राहिले नाही–अगदी स्वत:चे झाले. त्या वैराला कर्ण, भीष्म व दुर्योधन यांच्या वधाच्या वेळी पांडवांनी केलेल्या कपटाची बैठक. ते कपट आठवून आठवून अश्वत्थाम्याने त्यांना

अभद्र शिव्या मोजल्या. कृष्णाला त्याने पापात्मा म्हटले. बापाची प्रतिज्ञा राखणे हेच त्याचे उद्दिष्ट झालें.

दुर्योधन त्याचा राजा आणि सखा. त्याची अखेरची इच्छा हे त्याचे कर्तव्य झाले. बाप व राजा यांच्या इच्छेत प्रथमच त्याची स्वत:ची इच्छाही एकरूप झाली आणि तो सेनानी झाला. हा तिसरा प्रसंग व्यासाने खूप विस्ताराने रंगवला आहे. परंतु विस्तारातच त्याने जिज्ञासूला चांगलेच चकविले आहे. या विस्तृत प्रसंगाभोवती, आणि नंतरच्याही, जे धुके त्याने भरले आहे त्याला तोड नाही. म्हटले तर दृश्यावर खूप प्रकाश आहे, म्हटले तर सारेच सारवल्यासारखे दिसावे, अशी खुबी त्याने केली आहे. व्यासाचे हे वाङ्मयीन मयगृहच आहे म्हणा ना! उलटेसुलटे एक झाले आहे. प्रमाणे हरवली आहेत. रेखा इतक्या ठळक की त्यांनी चरेच चरे उत्पन्न केले आहेत. किंबहुना, हे चरेच अश्वत्थाम्याच्या त्या वेळेच्या मनोवृत्तीचे व कृतीचे प्रतीक असावेत. विसंगती हाच या दोन्ही प्रसंगांचा आधार आणि सर्वांत मोठा चमत्कार हा की, ही विसंगती तत्त्वज्ञानाच्या सुसंगततेच्या आधाराने साधली गेली आहे. भगवद्गीतेतला तो रोमहर्षक प्रसंग आणि तेच ते तत्त्वज्ञान पार उफराट्या रीतीने इथे वापरले आहे. वस्तूची छाया असते तसे. त्या दृष्टीने पाहिले तर या प्रसंगात सेनानी अश्वत्थामा हा अर्जुनाची भुतासारखी सावलीच वाटतो. तसे न वाटते तरच आश्चर्य होते. क्रांतदर्शी व्यासाची प्रतिभा व प्रज्ञा वास्तवाच्या दर्शनाच्या मिषाने खऱ्याखुऱ्या व्यक्तीच्या आधाराने, अज्ञेयाचे चित्रण करू धजते. आकृती वास्तवाची पण रंग अवास्तवाचे. शब्द व दृश्ये परिचित. भयानकाची आगाऊ सूचनाही आलेलीच असते. दुर्योधनाचे मरण म्हणजे वास्तविक एका बाजूचा सर्वनाश. तिथेच युद्ध थांबायला हवे. पण नाही. दुर्योधनाचा प्राण एकदम गेला नाही. किती तरी वेळ, दोन-चार दिवस, तो तगून होता. हा काळ या प्रसंगात नाट्यमय ताण उत्पन्न करणारा काळ आहे. या ताणाचा वेग अश्वत्थाम्याच्या विलक्षण गतीत व प्रचंड शक्तीने भारावलेल्या कृतीत आहे. पण ही गती व कृती कोणत्याही जयिष्णू प्रेरणेने भरलेली नाही. तिचे स्वरूप संपूर्णपणे अभावात्मक आहे. विनाशाचा वेग तिच्यात आहे. मृत्यूतला व जीवनातला प्रत्येक बिकट आविष्कारच तिच्यात भरलेला आहे. अश्वत्थाम्याला पराभवाने चेतवले; अहंकाराने नव्हे; त्याचा द्वेष प्रचंड मृत्युमय आंधळ्या शक्तीशी जोडला गेला. स्वत:चा बचाव त्याला करायचा नव्हता. त्याला मालकाचे राज्य राखायचे नव्हते. त्याला फक्त सूड घ्यायचा होता. धृष्टद्युम्नाचा आणि पांडवांचा. आणि या उन्मनस्क स्थितीत त्याने शब्द उच्चारले ते देहाच्या नश्वरतेचे आणि आत्म्याच्या अमरत्वाचे. हे रणांगणोचित तत्त्वज्ञान कृष्णाने युद्धाच्या सुरुवातीला, आपल्या लोकांशी आपण युद्ध कसे करावे, या संभ्रमात पडलेल्या हाडामांसाच्या अर्जुनाला सांगणे वेगळे आणि पिशाचमनोवृत्ती बनलेल्या अश्वत्थाम्याने कृप वगैरे अर्धमेल्या झालेल्या मूढ लोकांना युद्धाच्या अखेरीस सांगणे वेगळे. दैवाधीन असलेल्या माणसाची लीन मूढताही यात नाही. तत्त्वज्ञानाला आवश्यक अशी कोणतीच उभारी यात

नाही. चौकट केवळ स्वामिभक्तीची.

पण या तत्त्वज्ञानाच्या आविष्काराहूनही अधिक चमत्कार पुढेच आहे. स्वत: पिशाचवत बनलेल्या अश्वत्थाम्याला भुताच्याच दर्शनाने उलटसुलट हादरे बसतात. या हादऱ्यांचा प्रारंभदेखील फार भयाण असून व्यासाने त्याला प्रतीकही फार समर्पक योजले आहे. अश्वत्थाम्याचा पराभव पांडवांकडून झाल्यावर त्याला रात्री कावळ्यांच्या अंड्यांचा व पिलांचा नाश करणारे घुबड झाडावर दिसते. त्यावरून त्याला धृष्टद्युम्न व द्रौपदीचे मुलगे यांना झोपलेले असताना मारावे ही कल्पना सुचते. अधू कल्पनेच्या माणसाला कल्पना सुचली तर ती त्याला पूर्णपणे ग्रासते. अश्वत्थामाही कृपाने निषेध केला तरी आपले म्हणणे सोडीना. आणि त्याची ती इच्छा इतकी बलवत्तर झाली की शेवटी कृपही तिच्या आहारी गेला.

अश्वत्थाम्याला धृष्टद्युम्नाच्या शिबिराच्या तोंडाशी भूत दिसले. अक्राळ-विक्राळ, तेजस्वी आणि भव्य. त्याला भुताचा भास न होणेच कठीण. ज्या मन:स्थितीत अश्वत्थामा होता त्या स्थितीत अश्वत्थाम्याच्या घुम्या स्वभावाचे उलटे प्रतीकच ते होते. ते भूत बोलणारे नव्हते. अश्वत्थाम्याप्रमाणेच ते भूत क्रियाशील मात्र होते. क्रियाशील या अर्थाने की अश्वत्थाम्याने शस्त्रे टाकली की ते ती गडप करी. अश्वत्थाम्यावर उलट प्रहार त्याने केला नाही. ते भूत पाहून अश्वत्थामा घाबरला नाही किंवा आश्चर्यचकितही झाला नाही. कोणतीही भयंकर गोष्ट पाहून घाबरण्याच्या स्थितीत्तीकडे तो केव्हाच गेला होता. जोपर्यंत त्याचे शरीर सुदृढ होते तोपर्यत अश्वत्थामा भीतीपासून मुक्त होता.

भुताने सारी आयुधे गडप केली, तेव्हा अश्वत्थाम्याने शिवाची आराधना केली. शिव प्रकट झाला आणि त्याने अश्वत्थाम्याला सांगितले की, ''कृष्ण मला प्रिय असल्याने त्याचा आदर करण्यासाठी मी धृष्टद्युम्न, द्रौपदीचे मुलगे व पांचाल यांना काही काळ संरक्षण दिले, पण वास्तविक ते काळाच्या जबड्यात सापडलेले आहेत. त्यांचा मृत्यू अटळ आहे. हा मृत्यू घडून यावा म्हणून मी तुला मृत्युंजय असे शस्त्र देतो.'' विराट स्वरूपात कृष्णाच्या कराल दाढांत सापडलेल्या योद्ध्यांच्या दर्शनाची व उक्तीची ही फिकट आवृत्ती आहे. मात्र हे दर्शन अश्वत्थाम्याला आश्वासक असले तरी विश्वरूपदर्शनाप्रमाणे प्रेरक नाही. युद्धातले संहाराचे अखेरचे माप पूर्ण करण्याच्या दृष्टीने ते घडून आले. अणि तसे आले ते भक्त व ईश्वर यांच्या नैसर्गिक उमाळ्यामुळे नव्हे. अश्वत्थाम्याच्या उग्र आत्माहुतीच्या निश्चयाच्या आव्हानातून ते निघाले. ईश्वर करुणेने भक्ताकडे वळला नाही, तर दैवाने मृत्यू जिथे घडवला तिथे त्याला फार काळ थोपवून धरण्यात अर्थ नाही, या दैववादी चिंतनातून हे घटित निर्माण झाले आहे. या दर्शनात व शस्त्रदानात अश्वत्थाम्याला वांछित वस्तू व शक्ती मिळाली. मोल देऊन वस्तू घ्यावी तशी. पण त्याला करुणा, शुद्धी, मुक्ती, शांती यांपैकी काही काही मिळाले नाही. त्याचे मन शत्रूंना मारूनसुद्धा वैराने भरलेलेच राहिले. धृष्टद्युम्नाला मारताना त्याने तो झोपेत असताना पायाला स्पर्श करून त्याला जागे केले.

त्याला सावरायलाही अवसर दिला नाही. इतकेच नव्हे तर त्याने त्याला शस्त्राने मारण्याचे नाकारले. वीरोचित मृत्यू त्याला येऊ नये म्हणून त्याने त्याला पशूसारखे मारले. पायांनी तुडवून मारले. तो स्वत:ही त्या वेळी पशूच. बनला.

आपण पांडवांकडील या वीरांचा नि:पात कसा केला ते त्याने दुर्योधनाला सांगितले. पांडवाकडचे सात व कौरवांकडचे तीन योद्धे बाकी राहिले. युद्धाची ही समाप्ती दुर्योधनाने ऐकली. अश्वत्थाम्याने सूड घेतला, हेच त्याचे व अश्वत्थाम्याचे समाधानाचे एक स्थान.

शिवदर्शनाच्या वरात व्यासाने पुढचे अशुभ भवितव्यच जणू सचित केले आहे. इथेही कृष्णाकडून अश्वत्थाम्याला बोल लावून त्यांच्या मस्तकातला मणी त्याने कापून काढून घेतला. अश्वत्थाम्याने पांडवसंहारासाठी ब्रह्मशिर-अस्त्राचा वापर केला. द्रोणाने ''हे अस्त्र कधी वापरू नको'' असे सांगितले असतानासुद्धा त्याने ते वापरले. इथेच अश्वत्थाम्याचे पित्याशी असलेले नाते तुटते. पतंग गहाळ झालेल्या दोरीप्रमाणे अश्वत्थाम्याची स्थिती होते. सुडाचे पिशाच त्याला अनावर होते. पांडव नाहीत तर उत्तरेच्या गर्भाचा बळी घेऊन तो ते अस्त्र कृष्णाच्या सांगण्याप्रमाणे आवरतो. त्याचा मणी गेला. ज्या मण्यामुळे भूक, तहान, भयभीती–सारे जाते तो मणी द्रौपदी मागते व कृष्ण तिला देतो. या मण्याच्या उल्लेखाने एक लहान विसंगती व्यासाने निर्माण केली आहे. अश्वत्थाम्याजवळ हा जन्मत: होता. मग लहानपणी दूध हवे हा भुकेचा आक्रोश कसा? मण्याबाबतचे काहीतरी घटित हरवले आहे, पुसून टाकले गेले आहे. मणी गेला. (आणि ही विसंगती सोडली तर) अश्वत्थाम्याची बाळपणची क्षुधा परतली. आणि तो पूर्णपणे भूकतहानेच्या आहारी गेला, लाचार झाला, दुबळा झाला. आणि कळस म्हणजे व्यासानेच मणिदानाची आज्ञा त्याला केली. व्यास स्वामी. त्याची आज्ञा तो कशी मोडणार? स्वामिभक्तीचेच वलय काय ते त्याच्याभोवती उलटयासुलटया प्रकाराने फिरत राहिले. उत्तरेच्या गर्भाचा नाश हा लहानात लहान नाश करून अस्त्र परत येईल असे अश्वत्थाम्याने म्हटले व त्याप्रमाणे घडले. आणि जरी उत्तरेचे मूल कृष्णाने जिवंत केले तरी त्या अस्त्राच्या वापराबद्दल सजा म्हणून त्याने अश्वत्थाम्याला रक्तपितीचा शाप दिला. अश्वत्थाम्याने शस्त्रे टाकली. जखमी व अती दीन होऊन तोंड झाकून तो रडतरडत रानाकडे पळून गेला आणि दिसेनासा झाला.

कृष्णाने सांगितले त्याप्रमाणे अजून शापित अश्वत्थामा पृथ्वीवर भटकतोच आहे. सात चिरंजीवांपैकी अभागी चिरंजीवित्व याच्याच वाट्याला आले. बळीला देवानेच पाताळात गाडला तरी तो पुण्यात्मा होता. अजून दिवाळीच्या वेळी बळी घरोघरी धान्याधुन्याची लयलूट करीत अदृश्य रूपाने हिंडतो असे म्हणतात. मारुती चिरंजीव. तो विविध रूपांनी भक्तांना पावतो. बाळंतिणींची सुटका करतो. स्मशानात प्रेतांची राखण करतो. चेटक्यांचा नाच तिथे अवसेपूर्णिमेला पाहतो. मांत्रिकांना सिद्धी देतो. नाना तऱ्हा करतो. इतर चिरंजीव हे माणसांच्या जीवनात लुडबूड करीत नाहीत. पण अश्वत्थामा मात्र दुनियेतल्या हरएक माणसाच्या दु:खदैन्याची मूर्तिमंत निशाणीच झाला आहे. एकटा, परित्यक्त, दीन, याचक

असा हा महारोगी खेडोपाडी भटकतो. डोकीतली जखम म्हणे दाखवतो आणि तेल व चिंध्या मागत हिंडतो. त्याची लोकांना अजून भयंकर दहशत आहे. तेल न देईल त्याला तो शापतो. महारोगी जगाला कसलेच वरदान देऊ शकत नाही, हे भयंकर व्यवहारी सत्य, अश्वत्थामा चिरंजीव आहे या समजुतीच्या रूपाने भारतात घरोघरी शेकडो वर्षे फिरते आहे.

रोग भोगताना व्यथेच्या पोटात दडलेले एक नाजूक सत्य असते. परम नम्रतेचे सत्य आर्ताच्या भक्तिभावात कृष्णाने उल्लेखिलेले आहे. आर्ताचे निमूट सोशिकपण विशिष्ट सौंदर्याने भरलेले असते. हे सौंदर्य आकलन झाले म्हणून का अश्वत्थामा मृत्यूच्या वराची अपेक्षा करीत नाही? त्याला मृत्यूचे वरदान न देण्यात व्यासाने शेवटचा एक कलात्मक गूढ पेच निर्माण केला आहे. मृत्यू नाही, धन्यता नाही, शांती नाही, वैर नाही, सूड नाही. आहे ती फक्त रखरखच. शारीरिक वेदनांची अपार जाणीव. या न मिटणाऱ्या वेदनेत, कुणाची साथ-सोबत नसलेल्या जीवनयात्रेत अती हीन अवस्थेतदेखील मृत्यूच्या भव्यतेला आपल्याहून लहान करण्याची शक्ती आहे, हे त्याला सुचवायचे आहे का? सूक्ष्म व भव्य व दोन्ही टाळूनही असल्या रणरणत्या अवस्थेच्या कायमपणातही तोंडदेखल्या दयेला दूर ठेवणारे काहीतरी विलक्षण व आकर्षक आहे यात संशय नाही. पण ते इतके विलक्षण आहे आणि इतके जरबेने भरले आहे की त्याला नाव देणे शक्य नाही. फक्त कधीकधी त्याचा किंचित प्रत्यय मात्र जिथे अती दुरवस्था आणि दैन्य आहे तिथे येतो. तोच अश्वत्थाम्याच्या चिरंजीव व्यथेचा व व्यक्तिमत्त्वाचा साक्षात्कार. मोकळ्या आकाशाखाली धरणीवर संचार करीत असतानादेखील अनुभवांचे हाताशी असलेले विश्व बुद्ध्याच बाजूला लोटून अश्वत्थामा चारी क्षितिजे जवळ ओढतो. स्वतःला कोंडून घेतो. कोंडून घेण्याची, गुदमरण्याची त्याची ही सवयही सुटत नाही. बापाचे नाते तुटले. स्वामीची स्मृतीही संपली. अणि या अखंड कोंडलेल्या मनोमय जगात अक्षय संचार करण्याचा निर्धार मात्र प्राक्तनाच्या रूपाने स्वीकारून अश्वत्थामा फिरतो आहे. कोणताही संदेश त्याला द्यायचा नाही. अमरत्वाला अंकुर नसतात, त्यात स्रष्टेपणा नसतो, हे त्याला दाखवायचे आहे काय?

४ | व्यक्तिरेखा हरवलेला माणूस

माडाच्या झाडाची मुळे उघडी पडलेली दिसतात. जीर्णशीर्ण रंग असतो त्यांचा. एवढ्या ताठ उंच झाडाची ती खुरटी उपरी मुळे पहिली की माझे मन विषण्ण होते. त्याचे माथे आकाशाला भिडलेले आहे, हे लक्षात येतच नाही. त्या झाडाच्या पायाला कुठलाच रंग आणि आकार नसतो. पाण्याची जवळीक हाच त्याचा आधार; वाळूच त्याचे पोषण. वाळूच्या वांझ सान्निध्यातच त्याचे जीवन जायचे, हेच ही मुळे सांगतात जणू.

अगदी तसाच विषण्ण भाव माझ्या मनात दुर्योधनाची आकृती पुढे आली की उत्पन्न होतो. दिसतात ती त्याच्या व्यक्तिमत्त्वाची केवळ खुरटी, उपरी मुळे. व्यासाने एकच एक रंग, खलत्वाचा, त्याच्या व्यक्तिमत्त्वात भरला आहे. तोही अशा खुबीने की त्याच्या विडंबनाचीच तेवढी बाजू दाखवून. मुद्दाम विरूप केलेले हे व्यक्तिमत्त्व पायातूनच ढासळल्यासारखे वाटते. आणि व्यास आपली नजर त्या पायाजवळून ढळू देत नाही. पण क्वचित एखादा क्षण येतो, जेव्हा व्यास एखादा किरण याच्यावर टाकतो. त्या किरणात मात्र दुर्योधनाचे माथे उंचावलेले दिसते. त्याचे पायही व्यासाने नाहीसे केले आहेत. कमरेपासून खाली एखादा दगड असावा तसा तो आहे. त्याच त्या जडमूढ व्यक्तिमत्त्वाचे दर्शन व्यास आपल्याला सदा घडवतो. दुर्योधनाच्या व्यक्तिमत्त्वाचे व्यासाचे प्रतीक म्हणजे मांड्या. त्या मांड्यांचा उल्लेख द्रौपदीवस्त्रहरणाच्या प्रसंगापासून तो अखेरपर्यंत केलेला आहे. प्रारंभापासून अखेरपर्यंत दुर्योधन हा केवळ खलपुरुष आहे. मात्र त्याच्या पापी बुद्धीची चिकित्सा करताना व्यासाने एकच शब्द वारंवार वापरला आहे : 'मूर्ख', 'वेडा'.

बौद्धकथांत गौतम बुद्ध हा शुद्ध भावनांचे व मार हा पापभावनांचे प्रतीक दाखविलेला आहे. परंतु मार हा अत्यंत तीक्ष्ण बुद्धीचा आहे. कला, सौंदर्य यांचा दर्दी आहे. जीवनातले विलासतत्त्व अती साक्षेपाने जपणारा व संवर्धित करणारा आहे. जीवनातले उत्तेजकत्व म्हणजे मार आहे. दुर्योधनदेखील विद्यामंडित होता. कुशल योद्धा, अप्रतिम सारथी होता. चांगला कर्तृत्वशाली राजा होता. सत्तेच्या तेजाची पारख असणारा व ते तेज स्वत:मध्ये

स्फुरत ठेवण्याची ईर्ष्या करणारा होता. परंतु. दुर्योधन सूक्ष्म बुद्धीचा नव्हता. जसजसे त्याच्या व्यक्तिमत्त्वाचे पापुद्रे उलगडावे तसा खरोखरी मूर्खपणाच त्याच्यामध्ये ओतप्रोत भरलेला आढळतो. कधीकधी त्याचा मूर्खपणा वेडाच्या सीमेपर्यंत पोचे. आणि हे सारे प्रसंग दृष्टीसमोर आले की एक प्रकारची कीवच त्याच्याबद्दल उत्पन्न होते. त्याची बुद्धी पक्ष्याच्या उड्डाणाप्रमाणे सरळ रेषेत असे. त्याच्या बुद्धीचा वेग प्रचंड पण तिचा पल्ला फार आखूड. त्यातही त्याची बुद्धी 'सर्व काही हवे, साऱ्यांचे हवे, सर्वदा हवे' याच भावनेने भरलेली. पोरबुद्धीच्या थोराचे उदाहरण दुर्योधनाचेच. आपणाला हवे ते मिळत नाहीसे झाले की पोर पराकाष्ठेच्या उद्दाम वृत्तीने हाती लागेल त्याची नासधूस करते. मार खाते, पण हार खात नाही. तसेच चित्र आहे दुर्योधनाचे. दुर्योधनाची बालिशता दोनतीन ठिकाणी तर इतकी स्पष्ट दिसते की सांगून सोय नाही.

पांडव वनवासाला गेले तरी पुढे ते येतील आणि राज्य घेतील या भयाने दुर्योधनाला चैन पडेना. तो रडे. तो बडबडे. एकदा तो शकुनीला म्हणाला, ''जर पांडव परत इंद्रप्रस्थात आलेले दिसले तर मी अन्नत्याग करून प्राण देईन, किंवा विष पिईन, नाही तर अग्निप्रवेश करीन. ते पुन्हा येतील आणि त्यांची भरभराट होईल, हे मी कल्पनेनेसुद्धा सहन करू शकत नाही.'' त्या वेळी शकुनी त्याला उघड म्हणतो की, ''राजा असून तू असा काय बालिशतेने वागतोस?''

राजसूययज्ञामुळे पांडवांची झालेली भरभराट पाहून जळफळत असलेल्या दुर्योधनाच्या कल्पनेला असेच बालिश अंकुर फुटले. आपल्या कल्पना तो कर्णाला बोलून दाखवीत होता;–आपल्या कल्पना कोणाला तरी बोलून दाखवल्याशिवाय त्याला राहवतच नसे. मनात विचार करून काहीतरी निर्णय घेण्याचे त्राणच त्याच्यात नव्हते. आणि म्हणूनच त्याची बुद्धी सर्वस्वी इतरांच्या सांगीप्रमाणे चाले. पण त्यातही गंमत अशी की, तो सल्ला त्याच्या कल्पनेशी सुसंगत असाच हवा. विरोधी बोलणे तो ऐकायचाच नाही–पांडवाच्या ऐश्वर्याचा विलक्षण हेवा वाटून दुर्योधनाने आपल्या परीने ते नाहीसे करण्याचा उपाय शोधला तो असा! पांडवांमध्ये आपापसांत भांडणे लावावी. सुंदर स्त्रियांची प्रलोभने दाखवून भावाभावांना वेगवेगळ्या ठिकाणी जाण्यास लावावे. द्रौपदीला नव्या सवती आल्या की तिच्याही मनात पक्षपात उत्पन्न होईल आणि मग हळूहळू तिचे मन पांडवांबद्दल विरक्त होईल. त्यात द्रौपदीबद्दल त्याची वासनाही नव्हती हे विशेष. हे सरळसोट गणित कर्णाने ऐकले आणि त्याने दुर्योधनाला त्याच्या बेतातला वेडेपणा दाखवला. कर्ण म्हणाला की, ''पाडवांच्या एकीचे मूळ द्रोपदी हेच आहे; अनेक पती असणे स्त्रीला प्रिय असते. द्रौपदीला ही संधी अनायासे मिळाली आहे. ती ती सोडील का? पती निर्धन होते तेव्हाही ती त्यांच्यावर प्रीती करी. मग वैभवात ती त्यांचा त्याग करील का?''

भीष्म, द्रोण, अश्वत्थामा, विदुर यांचा आणि प्रत्यक्ष बापाचासुद्धा कान-उघाडणीचा शब्द दुर्योधनाने मानला नाही. तो नमे फक्त कर्णापुढे. पांडवांत जे जे थोर, जे जे तेजस्वी,

जे जे म्हणून पराक्रमाने भरलेले आहे ते ते सारे एकट्या कर्णातच आपल्या बाजूला आहे हे त्याला लहानपणापासूनच जाणवले होते.

दुर्योधनाचा स्वभाव इतका एककल्ली, उद्दाम, मत्सरी, आणि सुख असताही ते टिकेल का, टिकेल का अशा विवंचनेत पडण्याइतका कातर कसा झाला? या प्रश्नाचा मागोवा घेताना दुर्योधनाचे बालिश व्यक्तिमत्त्वही केवळ एकसंध आणि साधे नाही असे आढळून येते. त्याच्या व्यक्तिमत्त्वात अनेक व्यक्तिमत्त्वे मिसळून गेलेली मला दिसतात. किंबहुना, त्या व्यक्तिमत्त्वांची निर्मिती म्हणजेच दुर्योधन. दोन वृद्ध अपंग मने आणि दोन बालमने. धृतराष्ट्र-गांधारीची अपंग मने; भीमसेनाचे त्याला सदा भिववणारे आणि तसेच चेतवणारे अर्धे बालमन आणि अर्धे तरुण मन-दुर्योधनाच्या व्यक्तिमत्त्वापासून ही अलग करता येत नाहीत. चौथे बालमन त्याचे स्वत:चे. हे प्रारंभी भीमाच्या बालमनाला सर्वस्वी समांतर होते. पण भीम वाढत होता आणि दुर्योधन मनाने फारसा वाढू शकला नाही. लाडावलेली मुले कधीच वाढत नाहीत, त्याप्रमाणे तो मनाने पोरच राहिला. त्याची वाढ त्याच्या आईबापांनीच थांबवली. लोभाच्या आधीन झालेली माणसे लांबवरचे पाहूच शकत नाहीत.

धृतराष्ट्र आणि गांधारी दोघेही दुर्योधनामागून काही वर्षांनी मेली. परंतु ती दोघे पूर्णत्वाने कधी जगलीच नाहीत असे मला वाटते. अपूर्ण व्यक्तिमत्त्व परवडले-पूर्ण व्यक्तिमत्त्व असते कुणाचे?–पण यांची व्यक्तिमत्त्वे विषमतेनेच भाराक्रांत झालेली होती. अती दुबळी होती. सैरवैर भटकणाऱ्या त्यांच्या मनांत जे काही येई ते तिथे कधी खोलवर रुजूच शकले नाही. वाऱ्याने पाचोळा उडावा तसे त्यांचे विचार इतस्तत: उडत. अगदी खोलवर रुजले असे त्यांच्या मनात एकच होते. ते म्हणजे वात्सल्य. पण या वात्सल्यालादेखील संभ्रमाने पछाडलेले होते. कुंतीचे प्रेम हा एकच पांडवांच्या जीवनाचा व पराक्रमाचा आधार होता. तसे दुर्योधनाचे झाले नाही. त्याच्या बाबतीत आईबापाचे प्रेम ही एक नेहमीची, मागावी तेव्हा सहज मिळणारी, म्हणूनच विशेष न जाणवणारी वस्तू ठरली. एक प्रकारे कुंतीचे कर्णाविषयीचे चोरून ठेवले वात्सल्य आणि गांधारीचे प्रकट पण सदा संभ्रमित वात्सल्य यांत एक प्रकारचा सारखाच विषण्ण भाव दाटलेला मला आढळतो. जेव्हा कुंतीने कर्णाबद्दलचे आपले प्रेम उघडपणे व्यक्त केले त्या वेळी ते व्यावहारिक दृष्ट्या निरुपयोगी झाले होते. गांधारीचे वात्सल्य मुलगा जिवंत असतानासुद्धा अपुरे, दुबळे पडत होते. चिंतने, लज्जेने भाराक्रांत झाले होते. तिचे मन वैतागले होते. धृतराष्ट्रालाही अधूनमधून वैतागाचा उमाळा येई; कधी तो वैताग लटकाही असे. परंतु गांधारीच्या न्यायनिष्ठुरपणाची सर त्याला नव्हती. गांधारीला उत्तरवयात जे जाणवले ते धृतराष्ट्राला जाणवले नाही असे नाही. परंतु त्याच्या भावनांना दृढताच नव्हती. कशी असणार? अपंगाच्या नियतीने तो घेरलेला होता. न्यूनभावनेने पुरता ग्रासलेला होता. हा न्यूनभावनेचाच वारसा, पण जरा वेगळ्या स्वरूपात, दुर्योधनाच्या वाट्याला आला.

आपण मोठे असलो तरी अंधत्वामुळे राज्याचे स्वामी होऊ शकत नाही, ही खंत

धृतराष्ट्राच्या मनोमनी भरलेली होती. विदुराने हीन जन्म आणि सत्ताहीनता ही भूषणासारखी शोभवली. आपण राजवैभवाचा त्याग स्वेच्छेने केला याचे भीष्माला स्मरणही राहिले नाही. ''तुम्ही द्याल ते मी घेईन; बापाच्या संततीसाठी हवे ते दिव्य करीन'' या बाण्यामुळे भीष्माला वृत्तीचे स्थैर्य आले. लीनतेतली मानसिक तृप्ती मिळाली. परंतु धृतराष्ट्राला हे साधले नाही. त्याची खंत नाना रूपे, नाना वळणे घेत राहिली. त्याची भावनाविवशता महाभारतातल्या इतर कोणत्याही व्यक्तीपेक्षा अधिक प्रबळ होती. धृतराष्ट्र प्रेमळ होता. अंध माणसांना परावलंबनामुळे इतरांवर विश्वासावे लागते. लाचार व्हावे लागते. तसाच तोही विश्वासत होता. आधारासाठी विदुर, संजय, गांधारी आणि दुर्योधन यांना घट्ट धरू पाहत होता. परंतु अंधांच्या मध्ये अविश्वासाची, संशयाचीसुद्धा, तीव्र धार असते. संरक्षणाची सतत गरज असल्यामुळे ती सदा परजलेली असते. कधी ती लबाडीचेही रूप घेते. अंध धृतराष्ट्र असाच लबाडी करू पाहत होता. अपंगाचा शब्द बहुधा खरा मानला जातो. पण व्यवहारात मात्र आपल्या वैगुण्याचा फायदा उठवण्याची एकदा सवय पडली की अपंग माणूस त्या दुबळेपणाला कावेबाजपणाने किफायतशीर करू पाहतो. तसेच धृतराष्ट्राचे झाले. ''मी राज्याला वंचित झालो, माझी मुलेही होतील,'' या शंकेने रात्रंदिवस तो मनात त्रस्त असे. आणि त्यात भर पडली ती ही की, हा माणूस पंडूच्या मृत्यूमुळे खरोखरीच राजपदाचे दुर्मिळ सुख प्रत्यक्ष भोगू शकला. हा भोग न मिळता तर कदाचित त्याने भीष्मादिकांचाच सल्ला प्रमाण मानला असता. पण एकदा दुष्प्राप्य सुख मिळाले की ते सोडणे कठीण होते. भीष्माच्या त्यागाची मोहिनी धृतराष्ट्राच्या मनावरून कधीच उडाली होती. वरपांगी त्याने त्याचा आदर केला तरी मनातून हा आपला पोशिंदा आहे अशीच भावना त्याची झालेली होती. नेमक्या याच वृत्तीचे अनुकरण दुर्योधनाने केले. तसे पाहिले तर दुर्योधन हा धृतराष्ट्राच्या सुप्त आकांक्षांचे उघड कर्तृत्वातलेच रूपांतर आहे. दुर्योधनाने गांधारीकडून अव्यंग देह घेतला. परंतु मन घेतले पित्याचे. क्षणोक्षणी संशयाने पछाडले जाणारे. धृतराष्ट्रावरचे भीष्मादिकांचे बंधन पंडूच्या मृत्यूनंतर ढिले पडले. पण धृतराष्ट्राचे दुर्योधनावर कधीच बंधन नव्हते. ऐकीव गोष्टीच प्रमाण मानणारा धृतराष्ट्र पुत्रमोहामुळे उघड पक्षपाती बनला. तोंडाने पहिल्यापासून अखेरपर्यंत तो सतत म्हणे की, ''पांडव मला मुलांसारखे, त्यांच्याहीपेक्षा जास्त प्रिय.'' परंतु वस्तुस्थिती अशी होती की, पांडवांबद्दल त्याच्या मनात ओलावाच नसल्यामुळे त्याला हा उद्घोष वारंवार करावा लागे.

त्याच्या या पक्षपाताला मुलांच्या बाळपणापासूनच सुरुवात झाली. पंडू मेल्यानंतर पांडव हस्तिनापुरी आले. तोपर्यंत या दोन्ही बाजूंच्या मुलांना एकमेकांबद्दल काही माहीतही नव्हते. आणि पुढे धृतराष्ट्राचे मन द्विधा आहे हे न ओळखण्याइतकी कुंती भोळी नव्हती. विधवा माता घारीहून अधिक जागरूक असते. प्रसंगी हिंस्र होते. हीच स्वतःच्या बचावासाठी आवश्यक असलेली हिंस्र वृत्ती भीमाच्या रूपात कुंतीने जोपासली. अगदी

कुणाच्या लक्षात न येईल अशा तऱ्हेने. धृतराष्ट्रात तोच बाणा आढळतो. पांडवांपैकी भीम सर्वांत हूड आणि शक्तिवान; अविवेकी आणि खादाड, रागीट आणि तितकाच भाबडा असा. करील तिथे जिवाभावाने प्रेम करील, नाही तिथे कधीच प्रेम करायचा आव आणायचा नाही. युधिष्ठिर आणि अर्जुन शांत. यामुळेच पांडवांचा लहानपणचा म्होरक्या भीम झाला. ''तू कौरवांच्या खोड्या करू नको'' म्हणून त्याला कुणीच दटावले नाही. दांडगे मूल पोरासोरांतही कौतुकाचा विषय होते. तसेच भीमाचे झाले. कौरवपांडवाचे वेगळे गटच झाले. आतापर्यंत कौरवच साऱ्यांच्या कौतुकाचा विषय होते. आता भीमाचा बोलबाला होऊ लागला. कधी भीमाने कौरवांना पाण्यात बुडवावे आणि ती मुले भीतीने अर्धमेली झाली की त्यांना सोडून देऊन हसावे. ती झाडावर चढली की झाड गदगद हलवून त्यांना धडाधड पाडावे. धावण्यात, खेळात त्यांना सदा हरवावे. यामुळे 'मी-तू'चे वातावरणच राजवाड्यात उत्पन्न झाले.

दुर्योधन याच अनुभवांमुळे, या नवागत मुलांच्या अतिक्रमणामुळे आणि ''पुढे हेच राज्याचे स्वामी होणार का'' या चिंतेमुळे, लहानपणीच भीमाचा प्रतिस्पर्धी बनला. भीमाहून तो दुबळा होता. पण दुबळ्यांचे वैर त्यांना अती क्रूर व कपटी बनवते. याच वृत्तीचा संचार दुर्योधनात झाला. या वृत्तीला आंधळ्या बापाचा मनोमन आधार आहे, हे न कळण्याइतका खुळा तो थोडाच होता? मुलांच्या भांडणाला मर्यादा असतात, असेच धृतराष्ट्रालाही इतरांप्रमाणे वाटत होते. त्याशिवाय आपण अनेक वर्षे राज्य केल्यामुळे पांडवांना राज्य मिळाले तरी अर्धा हिस्सा आपल्याला भीष्मादिकांच्या कृपेमुळे मिळणारच हे माहीत असल्याने धृतराष्ट्र एक प्रकारे संतुष्ट होता. पण जेव्हा भीमाला विष घालून दुर्योधनाने नदीत फेकले त्या वेळी करड्या आणि न मिटणाऱ्या वैराचे दर्शन सर्व वडील माणसांना झाले. पांडव कुंतीसकट दूर निघून गेले. पण तरीही दुर्योधनाने लाक्षागृहात त्यांना जाळण्याचा कट केला. थोडक्यात तो फसला. लाक्षागृह हे कौरवपांडवांच्या वैराचे प्रतीकच समजले पाहिजे. त्याच्यानंतर पांडवांचे लग्न, त्यांचे इंद्रप्रस्थाला आगमन, त्यांच्या राज्याची सुरुवात, राजसूय यज्ञ, मयसभा–या साऱ्या गोष्टी त्यांच्या अजिंक्य पराक्रमाची व एकजुटीची ग्वाही देण्यास पुरेशा होत्या.

लाक्षागृहाची योजना फसली आणि दुर्योधनाच्या मनाने ठाव सोडला. बापाप्रमाणे अर्ध्या राज्याने त्याचे समाधान होत नव्हते. आणि मयसभेतल्या अपमानाने तर तो पेटून निघाला. द्रौपदी त्याला हसली. भीम हसला. ''धृतराष्ट्र-पुत्रा, हे दार इकडे आहे बघ,'' असे म्हणून मयसभेत त्याला त्याने भिंत कुठली व दार कुठले ते हसतहसत दाखवले. त्यात त्याच्या बापाच्या आंधळेपणाची व पर्यायाने त्याची कुचेष्टा होती. या वेळी कुंती किंवा मोठे पांडव यांनी–किंबहुना, कृष्णानेही–दुर्योधनाच्या अपमानाकडे दुर्लक्ष केले. 'लाक्षागृह' त्यांना विसरायला झाले नव्हते. पण त्यामुळे दुर्योधनाचे बाळपणचे वैर मात्र उसळून निघाले. आता जाळपोळ, विष, वगैरेपेक्षा जास्त चतुर उपाय त्याने योजला आणि पांडवांची संपत्ती

द्रौपदीसकट हरण करण्यासाठी शकुनीने सुचवलेला द्यूताचा मार्ग त्याने अवलंबिला. शकुनीचे कपट त्याला मानवणारेच होते.

द्रौपदीची विटंबना करताना जरी दुर्योधनाने आपली मांडी तिला दाखवली, तरी कीचकाप्रमाणे तिच्याबद्दल कामवासना त्याला नव्हती. तिच्याबद्दल द्वेषच त्याला होता. आणि त्या द्वेषाची परमावधी 'दासी' म्हणून तिला हीन तऱ्हेने वागवण्यात आहे हेच त्याने जाणले. मयसभेचे उट्टे काढले. या वेळी दुर्योधनाच्या उद्दाम वैरी वृत्तीला आणि अशिष्टपणाला सर्वांत कुणी विरोध केला असेल तर विकर्णाने. भावाची त्याने कडक शब्दांत कानउघाडणी केली. भीमाने युधिष्ठिराची केली तशी. त्यानेच धृतराष्ट्राला द्रौपदीच्या प्रश्नाचे उत्तर द्यायला लावून तिला तीन वर देण्यास प्रवृत्त केले.

पांडव वनात गेले आणि दुर्योधनाची आईबापांशी तेढ प्रकट झाली. पांडवांचा वनवास धृतराष्ट्राला मनातून आवडलाच होता. पण वरकरणी न्यायाचे सोंग त्याला करायचे होते. त्याने विदुराला झाल्या प्रकाराबद्दल मत विचारले आणि विदुराने दुर्योधनासारख्या पुत्राचा त्याग कर म्हणून सांगितले. त्या वेळी धृतराष्ट्राचे खरे रूप दिसले. त्याने विदुराला ''तुला पांडव प्रिय आहेत, आम्ही नाही'' असे म्हटले व हाकलून दिले. पण त्याचे नाही म्हटले तरी विदुरावर प्रेम होतेच. पुढे त्याला विदुर गेला याबद्दल पश्चात्ताप झाला आणि विदुराला परत बोलावून धृतराष्ट्राने त्याची क्षमा मागितली.

ही गोष्ट कळताच दुर्योधनाला बापाची चीड आली. पांडवांना वनातून हा म्हातारा बोलावून आणतो की काय, ही धास्ती त्याला पडली आणि त्याने बापाला उघड विरोध केला. ''मी आंधळा, तो माझे कसले ऐकतो?'' हे हताश उद्गार धृतराष्ट्राला काढावे लागले. इतके झाले, गांधारी, व्यास, वगैरेंनी सांगितले, तरी दुर्योधनाचा त्याग करण्यास त्याने संमती दिली नाही. पुत्रमोहाचा दुबळेपणा त्याने उघड स्वीकारला. ''पुत्रप्रेमापुढे मी हतबल आहे,'' असे उद्गार त्याने काढले. बुद्धिमान व्यासालाही या त्याच्या उद्गारांवर अधिक काही बोलता येईना. त्या वेळी धृतराष्ट्राला उघड छेडले गांधारीने. पांडव वनात गेले त्या वेळी साऱ्यांनी अश्रू ढाळले; ढाळले नाहीत दुर्योधन, दुःशासन, कर्ण आणि शकुनी यांनी. द्रौपदीच्या हे चांगले स्मरणात राहिले. मग गांधारीने ते दुर्लक्षिले असेल असे कसे म्हणवेल? मुलाचा विनाश तिला सतावू लागला. त्याच्या दुष्ट, मत्सरी स्वभावाबद्दल, त्याच्या सभेतल्या ओंगळ कृतीबद्दल तिला चीड आली होती. तिची न्यायी वृत्ती जागी झाली. विदुराप्रमाणेच पांडवांना वनातून बोलावून आणून त्यांना अर्धे राज्य देण्याचा आग्रह तिने धरला. तिच्याच आग्रहामुळे अनुद्युताचा हट्ट दुर्योधनाने धरला होता तो धृतराष्ट्राने मोडून काढला होता. दुर्योधनाच्या हे चांगले लक्षात होते. बापाला वाकवता येते तसे आईला यापुढे वाकवता येणार नाही हे त्याने ओळखले. आणि याचा परिणाम म्हणजे तो तिला टाळू लागला. जो कुणी पांडवांशी समेटाची भाषा काढील त्याचा बोलून न बोलून अत्यंत उद्दामपणे उपमर्द कसा करावा ही कला दुर्योधनालाच साध्य होती. बापाचे व

व्यासाचे बोलणे त्याने उडवून लावले. विदुर व भीष्म यांना ''तुम्ही आमच्या पदरचे खाऊन पांडवांना डोकीवर घेता'' असा उघड बोल लावला. मैत्रेयाने हाच उपदेश भर दरबारात केला, त्या वेळी त्याने तोंडातून अवाक्षर न काढता, डोळेही वर न उचलता, मांडी थोपटून आपला धिक्कार व्यक्त केला.

मानी दुर्योधनाला कर्णाची व्यथा जशी कळली तशी इतर कुणालाही कळली नाही. द्रौपदीस्वयंवरात कर्णाचा तेजोभंग झालेला ऐकून कुंतीही हळहळली नाही. परंतु ते शल्य दुर्योधनाला जाणवले. क्षत्रियत्वाची उणीव त्याला केव्हाही भासू नये म्हणून अंगदेशाचे राजपद त्याने त्याला दिले आणि आमरण मैत्रीची याचना त्याने कर्णाजवळ केली. कर्णही अखेरपर्यंत हे ऋण विसरला नाही.

राजा म्हणून दुर्योधनाची कारकीर्द प्रजेला फार सुखाचीच झाली याची कबुली युधिष्ठिराने दिली आहे. पांडवांना सुईच्या अग्रावरची जागादेखील द्यायची नाही, हा आपला हेका त्याने मरेपर्यंत पाळला. पराभवाच्या वेदना सोशीत तो मेला, परंतु शेवटी फक्त पाच पांडवच काय ते शिल्लक राहिले आहेत ही वार्ता त्यातल्या त्यात त्याला समाधानाची वाटली. अश्वत्थाम्याला त्याच्या निष्ठेबद्दल, कर्तृत्वाबद्दल त्याने धन्यवाद दिले. स्वतःच्या दुःस्थितीबद्दल दुःख दर्शविले नाही. स्वतःची कीव प्रारंभी करणारा दुर्योधन धैर्याने मृत्यूच्या आधीन झाला. मरता-मरतानाही आपले वैर कायम आहे याचे समाधान त्याने अनुभवले. त्याने आईबापांची आठवण काढली नाही. कुणाबद्दलही शेवटी आसवे गाळली नाहीत. सभोवार घिरट्या घालणाऱ्या गिधाडांची भीती त्याला वाटली नाही. दुर्योधनाच्या जीवनाला हावरेपणाचे अनेक डाग आहेत. पण मैत्रीच्या नात्याला मात्र त्याने कधी डाग लावला नाही. तसे नसते तर माद्रीचा भाऊ शल्य त्याच्या बाजूला आलाच नसता.

दुर्योधनाचा पीळ कणखर. त्या पिळामुळेच त्याचे व्यक्तिमत्त्व खुरटे वाटत नाही, माडासारखे उंच वाटते. मात्र या पिळदार व्यक्तिमत्त्वाला त्याच्या शेवटच्या एका भीरू कृत्यामुळे तडा गेला. पांडवांना मारण्यासाठी त्याने अनेक हीन युक्त्या अमलात आणल्या होत्या. त्यांच्या पोटी भीतीचे बीज होते; पण ते भय क्षम्य होते. राजवैभवाचे स्वप्न त्या भयाच्या पोटी दडलेले होते. पण भीष्म, द्रोण, कर्ण—सारे जण पडले आहेत, आता पराभव अटळ आहे, अशा वेळी दुर्योधन जलस्तंभनविद्येच्या आधाराने पाण्यात लपून राहिला आणि मरण टाळण्यासाठी इतका दुबळा व भ्याड बनला, हे पाहून अती विषाद वाटतो. मागे अनेकदा आत्महत्येच्या गोष्टी त्याने केलेल्या होत्या. पण आता मरण पुढे ठाकलेले पाहताच त्याचे धैर्य गळाले आणि तो लपून बसला. तो आता शूर योद्धा नव्हता. आपल्या सैनिकांशेजारी सुखाने शेवटची झोप घेणे हे आपले कर्तव्य मानणारा राजा नव्हता. तो होता अंधाचा पुत्र. सदा धागधुगीत जगणारा. खुरट्या आशांना जपणारा.

दुर्योधनाच्या जीवनात मैत्रीचे जे रसायन कायमचे होते त्याच्यावर व्यासाने युद्धाच्या

आणीबाणीच्या प्रसंगी अती सूचक नाट्यप्रसंग उभा केला आहे. दुर्योधनाच्या स्वभावातली सारी कोवळीक त्यात त्याने भरली आहे. बालिश मनाच्या या माणसाच्या भावनांचे तंतू बालपणाच्या स्मृतींना कौशल्याने भिडवले आहेत. तो प्रसंग असा : अश्वत्थामा आणि घटोत्कच यांचे युद्ध होते आणि त्यात अश्वत्थामा कच खातो. यानंतर कर्ण व घटोत्कचाचे युद्ध होते आणि कर्ण घटोत्कचावर आपली वासवी शक्ती टाकतो. घटोत्कचाचा मृत्यू होतो. पण हीच कर्णाच्या मृत्यूची नांदी असते.

या प्रसंगी, घटोत्कचाच्या प्राणावर बेतले असूनही, कृष्ण व अर्जुन एकमेकांकडे पाहून हसत होते. बाळपणच्या गोष्टी बोलत होते. ते पाहून दुर्योधन विचलित झाला. सात्यकीशी युद्ध करताना थबकून तो म्हणाला, ''क्रोध, लोभ, असूया व क्षात्र आचार, यांचा धिक्कार असो. सैन्याचा धिक्कार असो, मला लहानपणचे सारे आठवते. तू माझा प्राणाहून प्यारा मित्र. मीही तुला तसाच. तो आज तू माझ्याशी युद्ध करायला तयार झालास. मला बालपणचे प्रेम आठवते. ते सगळे युद्धात संपून गेले. क्रोध आणि लोभ यांशिवाय युद्धात काय आहे?''

परतु कृष्णार्जुनांची जोडी पाहून बाळपणच्या काव्यमय विश्वात दुर्योधन शिरला होता तसा करड्या स्वभावाचा प्रौढ सात्यकी शिरू शकत नव्हता. तो रुक्षपणे म्हणाला, ''हे आचार्यांचे घर नाही. इथे आपण खेळायला आलेले नाही.''

तरीही दुर्योधनाच्या मनावरची मोहिनी उतरली नव्हती. तो त्या तंद्रीतच म्हणाला, ''बाळपणची क्रीडा कुठे आहे? खरोखर काळाची लीला अगम्य आहे. कुठे ती क्रीडा व कुठे हे युद्ध. आपण सारे लोभाने लढतो आहो.''

हे ऐकून कृष्णालाही राहवले नाही. तो म्हणाला, ''हेच क्षात्र वृत्त की ज्यात गुरूबरोबरही लढावे लागते. मला मार.'' नि:शस्त्र कृष्णाला दुर्योधन खरोखरी मारील अशा शंकेने सात्यकीने त्या दोघांतल्या संवादाला पुढे स्वरच फुटू दिला नाही. कृष्णाला दुर्योधनाच्या मनाचा मृदूपणा जाणवला होता आणि त्याच्या उत्तरात कडवटपणा नव्हता, तर केवळ अपरिहार्य युद्धनीतीचा पुरस्कार होता. परस्परप्रेमाहून श्रेष्ठ असलेले युद्धाचे मूल्य होते. पण या मूल्याचा आचार युद्धप्रवृत्तीला पोषक असला तरी उच्चार कुठे नेईल याची खात्री सात्यकीला वाटत नसावी. म्हणूनच सात्यकी घाईघाईने म्हणाला, ''मला माझ्या मित्रांना संकटात घालायचे नाही.'' इतके म्हणून तो उसळून लढू लागला. त्याबरोबर दुर्योधनाचीही कळा पालटली आणि तोही उसळून लढू लागला.

दुर्योधन कर्णासारखा ताठ राहू शकला नाही—वैर प्रज्वलित असूनही राहू शकला नाही. परंतु तो पाण्यातून वर आला, अनिच्छेने आला, आणि मग मात्र हा तुटलेला सांधा फिरून जुळला. बेमालूमपणे जुळला. निरखून पाहणाराखेरीज इतरांना हा सांधा उमगणारही नाही. त्यानंतर अखेरच आली. आणि अती उद्दाम अहंकाराने दुर्योधनाने मरणगती पत्करली. हा राजा भूमीवर निजला; सभोवार मृत परिवाराची सोबत घेत,

केवळ धुगधुगी राहिली आहे–नाही अशा स्थितीतही अश्वत्थाम्याने पांडवपरिवाराच्या समग्र विनाशाची सुखवार्ता सांगताच दुर्योधनाचे प्राण डोळ्यांत आणि ओठांत परतून आले. डोळे किंचित सुखावले. मन आर्द्र झाले. ओठांवर स्मित आले. आपल्या परम मित्रांबद्दल त्याने कृतज्ञतेचे उद्गार काढले आणि वैराचा आणि स्नेहाचा परमोच्च बिंदू एकाच वेळी अनुभवीत तो मरण पावला.

बालपणापासून व्यक्तिमत्त्वाची रेषाच हरवून बसलेला हा माणूस! परंतु या शेवटल्या दृश्याच्या आधाराने निळ्या धूसर रणभूमीवर, वैर आणि मैत्री यांच्या केवळ काळ्या-पांढऱ्या ठिपक्यांत भरलेली आकारहीन पण एक अती अवाढव्य आकृती मला दिसते. सामान्य योद्ध्याची. मात्र ही आकृती इतकी प्रचंड आहे की तिच्यातच युद्धातले सारे योद्धे सामावलेले आहेत. आणि नवल हे की जरी या योद्ध्याचे अंतरंग संकुचित असले तरी या अवाढव्य आकारामुळे महाभारतातली प्रत्येक व्यक्ती याच्याशी सुखसंवादाने किंवा विसंवादाने संबद्ध आहे. याच्या कोतेपणामुळेच हाच केवळ युद्धाचे प्रतीक झाला. क्रौर्य, संकुचितपणा, विनाश, हेच युद्धाचे विशेष. तेच त्याचेही विशेष होते. कृष्णाने अर्जुनाला गीता सांगितली, आणि अर्जुन जिंकला म्हणून तो अनेकांना भारतीय युद्धाचा नायक वाटतो. मला तसे वाटत नाही. भारतीय युद्धाचा नायक, प्रणेता दुर्योधन. खलनायक असला तरी नायक तोच. पण तसे पाहिले तर युद्धाला नायक असतोच कुठे? युद्धे होतात ती खलनायकांमुळेच ना?

५ | एकाकी

दुर्योधन दुष्ट होता; भारतीय युद्धाचा अग्रेसर प्रणेता होता. द्रौपदीच्या मानभंगाच्या कल्पनेचा प्रमुख जनक होता. रजस्वलेला भर दरबारात आणण्याची अभिनव दुष्ट कल्पना इतर कोणालाही सुचण्यासारखी नव्हती, ती दुर्योधनाला सुचली. अनेक खुरटी कपटे त्याने पांडवांविरुद्ध रचली आणि ती डोळा राख झालेली पाहिली. युद्ध हें एकच पहिले व शेवटले धर्मबद्ध कृत्य त्याने अंगीकारले. आणि नवल असे की एकदा युद्धाचा स्वीकार केल्यानंतर मात्र कपटापेक्षा शौर्याचाच आधार त्याने घेतला. अश्वत्थाम्याचे अगदी अखेरचे कृत्य सोडल्यास दुर्योधनाच्या बाजूने कपट झाले नाही. जे जे काही लबाडीचे झाले ते सारे पांडवांच्याच बाजूने झाले. आणि नेमक्या याच गोष्टीमुळे कौरवांविषयी घृणेची भावना राहत नाही. राहते ती अनुकंपा. परंतु ही अनुकंपा केवळ दुबळ्या-भाबड्यांबद्दलची कीव होत नाही. तिलाही एका अजोड श्रेयाची जोड मिळते. या बाजूचे न्यायाचे पारडे पांडवांइतकेच जड होते. फक्त पांडवांकडचा विचार केल्यास, न्याय त्यांना ताबडतोब जास्त भिडतो. कौरवांच्या बाजूला प्रथम न्याय येत नाही. न्याय येतो तो कर्णाचे धीरगंभीर रूप घेऊन. कर्ण नसता तर कौरवांना न्याय देणे व्यासाला शक्य झाले नसते. कर्ण नसता तर नीतीचे आव्हान इतके उग्र झाले नसते. कर्ण नसता तर पांडवांचा पीळ घट्ट झाला नसता. कारण दुर्योधनाला त्यांना युद्धाचे आव्हान देण्याइतके अवसानच राहिले नसते.

कर्ण हा भारतीय युद्धातले आश्वासनाचे प्रतीक होता. कर्ण होता म्हणूनच कृष्णाला गीतेच्या तत्त्वज्ञानाचा अर्जुनापुढे उलगडा करावा लागला. जगण्या-मरण्याचा वेदान्त इतका तऱ्हातऱ्हांनी फुलवून-खुलवून सांगावा लागला. जीवनमृत्यूच्या अभिन्न तालाचे शब्दरूप प्रतीक गीता आहे; पण या तालाचे प्रत्यक्ष स्फुरण कर्णाच्या स्वभावात व कृतीत आहे. कृष्ण आणि कर्ण या वास्तविक एकाच तात्त्विक भूमिकेच्या, पौरुष-चैतन्याच्या, निर्भयतेच्या आणि निर्ममतेच्या दोन प्रतिमा आहेत. एका प्रतिमेला दैवी स्तरावर ठेवणे व्यासाला आवडले. दुसऱ्या प्रतिमेला त्याने संपूर्ण पार्थिव स्तरावर ठेवले. या दोघांना

विरोधी बाजू घ्यायला लावण्यात व्यासाने एक कलात्मक सिद्धी मिळविली. भीष्म, द्रोण, अश्वत्थामा हे युद्धात पांडवांचे विरोधी नव्हते का? पण त्यांचा विरोध हा केवळ त्या युद्धापुरताच मर्यादित होता. एक प्रकारे कृत्रिम होता. मनातून ते पांडवांचे प्रेमी होते. त्यांना खाल्ल्या अन्नाला, दिलेल्या वचनाला, धर्मयुद्धाच्या वीरोचित कर्तव्याला जागायचे होते. भावनाशून्य होऊन त्यांनी वैऱ्याच्या भूमिकेचा पवित्रा पार पाडला. पण कर्णाचे तसे नव्हते. त्याचे वैर ज्वलंत होते. अनेक कोंडलेल्या भावनांचे उद्रेक त्यात होते. वैराच्या परिपूर्तीसाठी केवळ दुष्टपणाचा आधार त्याने घेतलेला नव्हता. त्याने वैऱ्यांना दान दिले ते भरल्या मनाने. आपल्या विनाशाचे ते दानरूप प्रतीक त्याने केव्हाच ओळखले. आणि तरीही अर्जुनाच्या प्राणांचे रक्षण करणाऱ्या इंद्राला त्याने कवचकुंडलांचे दान न कुरकुरता दिले. सूर्याने ती देऊ नको म्हणून सांगितले असताना दिले. हे दान देताना कर्णाच्या मनात काय आले नाही? सर्व वासना, सर्व कटू कर्तव्याच्या भावना, सारे पीळ आणि समर्पणाच्या भावनेची परिपूर्ती-सारे काही त्यात होते.

कुंडले कानांत होती तोपर्यंत कर्ण अवध्य होता. तेजाने चमकत होता. कुंडले कापताना कानांचा छेद होणार होता, तेज तर जाणारच होते. मृत्यू अटळ होता आणि आपला मृत्यू म्हणजे पांडवांचा जय हे सत्यही त्याला कळून चुकले होते. तरीही कुंडले त्याने दिली. त्या वेळी कर्ण मृत्यूला भ्याला नाही. पांडवांच्या जयाच्या कल्पने व्यथित झाला नाही. तो विचलित झाला एकाच गोष्टीने. कान तुटले तर आपला चेहरा विद्रूप होईल या शंकेने. आणि ती देताना त्याने इंद्राकडून आपले शारीरिक व्यंग झाकले जावे असा वर मागून घेतला. इंद्रानेही तो दिला. इंद्र सौंदर्याचा भोक्ता. अनेकांची अपंग शरीरेही त्याने सुंदर व सतेज करून दिलेली. मग मुळातच सुंदर, सुदृढ कर्णाचे हे लहान का होईना पण आपल्याला दिलेल्या भिक्षेतून उत्पन्न झालेले कुरूपपण इंद्रालाही सहन होणारे नव्हते. शोभा देणारेही नव्हते. तसे वरदान आपणहून न देणेही त्याला कमीपणाचे होते. स्वतःच्या जीवनाचे दान देणाऱ्या या वीरबलीची काया अभंग, सुंदरच असावी व यज्ञकर्म संपूर्ण व्हावे हा संकेतही यामागे असावा.

परतु कर्णाच्या बाजूने विचार केल्यास, ज्या वेळी कर्ण हा अर्जुनाला अशा गुप्त रीतीने प्राणदान देण्याच्या त्यागभावनेच्या स्फुरणाने भारला गेला होता, एक प्रकारे व्यथित झाला होता–स्वामीची, दुर्योधनाची इच्छा परिपूर्ण करण्यास आपण असमर्थ ठरणार असे वाटून एका बाजूने खचला होता-त्या वेळीही प्रत्यक्ष दानक्रिया करताना त्याच्या नकळत एक प्रतिक्रिया त्याच्या मनात उमटली. आपण सुंदर आहो ही गोष्ट कर्णाच्या मनोमनी मुरलेली होती. आपल्या सौंदर्यास, बलास उचित असे भोग जरी आपल्याला जन्मलांछनामुळे मिळाले नाहीत, तरी आपले सौंदर्य इतर कुणाही पुरुषापेक्षा पाहणारास मोहित करते हे त्याला माहीत होते. ''आपला जन्म दैवाधीन, पण आपल्या हाती पौरुष आहे, पराक्रम आहे'' असे जाणणारा कर्ण आपल्या परमसुंदर व अतिभव्य व्यक्तिमत्त्वाचा चुकूनही

उल्लेख करीत नाही. उद्घोष करतो तो फक्त आपल्या प्रयत्नांचा. पुरुषार्थाने भरलेल्या वृत्तीचा. परंतु आपल्या निसर्गदत्त सौंदर्याचा अभिमान व त्याचे निसर्गदत्त कौतुक डोळ्याडोळ्यांत उमटून जाते याची जाणीव त्याच्या मनात इतकी खोल गेली होती की, ती उच्चारण्याइतकीही वेगळी राहिली नव्हती.

पण कान जेव्हा आपल्या हाताने चिरले, तेव्हा मात्र जे आजवरचे आपले निसर्गदत्त देणे होते ते गेले ही जाणीव त्याला झाली. कुंडलांचे लेणे गेले याबद्दल जराही हळहळ त्याला वाटली नाही. परतु जन्माने जी एकच एक देणगी त्याला दिली होती, तिचा हा विच्छेद त्याला जाणवला. नकळत त्याने मागणे मागितले. याचक म्हणून नव्हे, दीन होऊन नव्हे, तर काहीतरी मोलाचे, केवळ आपल्याच हक्काचे असे हरवले म्हणजे माणसाची स्वाभाविक प्रतिक्रिया ते मागण्याची, कुणाकडेही मागण्याची होते; तीच अहेतुक कृती कर्णाची होती. इंद्र व कर्ण या दोघांच्या मनोमनी एकाच वेळी ही प्रतिक्रिया, ही हळहळ उमटली. कर्णाला स्वतःबद्दल अशी हळहळ वाटली तीही प्रथमच. स्वतःबद्दल कीव आली. पण इथे आता क्रोध नव्हता. क्षात्रतेज झाकून घ्यायचे नव्हते. क्षात्रतेजाच्या उदार आविष्कारात आपल्या कुरूपपणाचे भान त्याला झाले. इतर कुणालाही होईल तसे. या असामान्य क्षणी, समर्पणाच्या क्षणी, अगदी स्वतःचे असे आपले शरीर पूर्ण सौंदर्याने भरलेले असताच मृत्यूच्या वेदीवर पडावे असे त्याला वाटेल का? मला वाटते की, नाही. सुरूपतेचा अंत हा प्रत्यक्ष मृत्यूपेक्षाही भयंकर असतो. त्या भयानकाचा क्षणमात्र पण प्रत्यक्ष अनुभव कर्णाने घेतला. आणि त्या अनुभवानेच रसरसत्या जीवनाशी असलेला त्याचा संबंध अत्यंत दृढ केला.

कर्णाचे मरण त्या समर्पणाच्या क्षणी निश्चित झाले. परंतु ही प्रतिक्रिया जणू कर्णालाही डावलून याच्यामधून विजेसारखी उद्भवली. स्वतःच्या क्षणभंगुर देहाच्या सौष्ठवाबद्दलचे ममत्व, भीतीचा धक्का खाऊन अधिक सचेतन झाले. कर्णाच्या साऱ्या इच्छा प्राकृतिक झाल्या. स्वतःच्या सौंदर्यचिंतनात तो क्षणमात्र का होईना पण नार्सिससप्रमाणे बुडाला. नार्सिससप्रमाणे तो त्यातच अडकला नाही, कारण कर्ण हा मूळचा आत्मकेंद्री असला तरी अती कर्तव्यबद्ध होता. बाळपणापासून अपमानित असल्यामुळे पौरुषाची पूजा करणारा होता. जीवनाचा उपभोग व जीवनाचे समर्पण ही दोन्ही विरोधी टोके त्याने क्षणाक्षणाने जगलेल्या आयुष्यात ओतली होती. भोग त्याने हावरेपणाने भोगले नाहीत. द्रौपदीचा स्वामी होण्यास लायक असा तो होता. कृष्णाने त्याला त्याचे जन्मवृत्त सांगितले आणि ''तू पांडवांना येऊन मीळ, द्रौपदी तुला पती म्हणून स्वीकारील,'' असे आश्वासन दिले, तरीही कर्णाचे मन चळले नाही.

द्रौपदी का त्याला नको होती? कोणत्याही दुष्प्राप्य स्त्रीचे मन आकर्षून घेण्यास समर्थ असा हा कर्ण इतका मानी होता की, मानीपणाबरोबर येणारी लीनताही त्याने सहज धारण केली. रावणाप्रमाणे आपले मन त्याने द्रौपदीभोवती भटकू दिले नाही. किंबहुना, द्रौपदीला

त्याने तुच्छही मानले, आणि. राधेने पसंत केलेल्या स्त्रियांशी सूतकन्यांशी त्याने सुखाचा संसार केला. आपल्या मुलांवर पोटभर प्रेम केले. क्षत्रियकन्यांची अभिलाषा त्याने सहज जिंकली, राजा झाल्यानंतरही जिंकली. कर्णाने भोगांचे ऐश्वर्य जाणले, पण त्यांची गुलामी पत्करली नाही. जे मानाने मिळाले, जे देणे प्रेमाने आले, ते त्याने स्वीकारले. दुर्योधनाने दिलेले राजपद त्याने ग्रहण केले. दुर्योधनाच्या करुणावृत्तीला त्याने उपेक्षिले नाही. दुर्योधनामधली मैत्रीची भावना कर्ण नसता तर कधीच अशी विकसित झाली नसती.. कृतज्ञतेचा हा अंकुर बरे-वाईट, न्याय-अन्याय यांनाही प्रसंगी उपेक्षून कर्णाने वाढवला. कर्ण आतून जळत होता. जन्माच्या काळिम्यामुळे अगतिक झाल्याने जळत होता. त्या ज्वालेने त्याच्यातली रसिकता, कामुकता,-सारे ग्रासून टाकले होते. एकच नाजूक, अगदी अंतर्गाभ्यातला, कोंब टिकला होता, आणि कधी न जळणारा म्हणूनच टिकला होता. तो कोंब म्हणजेच स्वतःच्या सुंदरपणाची सुखद जाणीव. कर्णाचे स्वरूप कुंडले गेल्यावरही, इंद्राच्या वरदानामुळे का होईना, परंतु पूर्वीप्रमाणेच सुंदर व मोहक राहिले. कर्णाच्या स्वतःच्या रूपाविषयीच्या कातरतेत दुसरीही एक अत्यंत अमोल अशी नैतिक सौंदर्याने भरलेली कातरता, परमकल्याणकारक अशी लाजवट भावना, व्यासाने किंचित भासमान होईल अशा रीतीनेच लपवून ठेवली आहे. आपल्या मित्रांना आपले व्यंग दिसले तर ते व्यथित होतील. आपल्या शत्रूंना, भावांना व्यंग दिसले तर ते घृणेने किंवा करुणेने हिरिरीने लढणार नाहीत आणि आपण जे दान गुप्त रीतीने केले ते विफल जाईल, या भयानेच जणू त्याने इंद्राकडून ते पूर्णसौंदर्याचे मागणे मागून घेतले. अधीरपणाने घेतले. बालिशभावाने घेतले. कर्णाच्या मनाचे सारे पीळ त्या क्रियेत कसे सैल पडले आहेत. या भावनेत ज्यांचे मरण सुंदर असते, त्याच्याच मनाचे ताणतणावे अखेरच्या क्षणी असे चैतन्यपूर्ण पण अगदी सैल पडलेले असतात. तिथूनच त्यांचे जीवन मागेपुढे असे काही अंकुरत असते. कर्णाच्या जीवनाचे हिरवे अंकुर याच सौंदर्यपिपासेच्या क्षणाला टवटवले आहेत.

या जाणिवेतूनच कर्णाला स्वतःचे व्यक्तिमत्त्व समग्र न्याहाळता आले आणि सारे होमून मोकळे होण्याची शक्ती आली. कर्णाचे व्यक्तिमत्त्व त्याच्या साऱ्या देहाकृतीला व्यापून राहिले आहे. कर्णाची आकृती ही महाभारततली एक अत्यंत सुस्पष्ट व सर्वांत ललित अशी आकृती आहे. महाभारतातल्या व्यक्तींचे चित्र मनोमन रेखाटायचे झाल्यास द्रौपदी, कर्ण, भीम व किंचित अर्जुन एवढीच पात्रे हाती गवसतात. अंगुळभरसुद्धा देहरेखा न हरवलेला परिपूर्ण आकार कर्णाचाच. पौरुष त्याच्या अंगाअंगातून वाहते आहे. नदीच्या पुराचे पाणी तिच्या कडांना न जुमानता वाहते तसा कर्णाचा चेहरा अनेक प्रसंगी त्याच्या नसेनसेसकट, प्रत्येक भावांदोलाने ढवळून निघालेला मला स्वच्छ दिसतो. द्रौपदीचे रूप आठवायचे म्हटल्यास प्रथम डोळ्यांपुढे चित्र येते ते न्याय मागणाऱ्या क्रुद्ध भामिनीचे. भीमही केवळ स्फुरणाने लढणारा योद्धा दिसतो. अर्जुन मला नेहमी अधोमुखी दिसतो.

जेव्हा तो तसा नसतो तेव्हा तो पाठमोरा असून कुठल्या ना कुठल्या तरी कार्यात गढलेला असतो. परंतु कर्णाचे तसे नाही. क्रिया ही कर्णाच्या बाबतीत दुय्यम दर्जाची गोष्ट आहे.. दुर्योधनाला द्रौपदीवस्त्रहरणाच्या प्रसंगी निर्लज्जपणे उत्तेजन देण्याची क्रिया असो, कुंडलांचे दान असो, नाही तर घनघोर युद्ध असो, खरा कर्ण त्या कृत्यापासून मनोमन दूरच असतो. त्याला जाळीत असलेली व्यथा त्याच्यात व इतरांत नेहमी अंतर उत्पन्न करते. त्यामुळे प्रत्येक प्रसंगी कर्णाचे हावभाव इतरांपेक्षा निराळे व उठून दिसतात. कर्णाचे वर्तन दुष्ट असो की उदार, त्याचे रूप नेहमी विलोभनीय वाटते. त्याचे शवही सुंदर राहिले आहे.

कर्ण हा सदा एकाकी, सदा स्वतःच्या न्याय्य स्थानापासून बाजूला टाकलेला असा आहे. भारतीय समाजातले जातीचे कुंपण इतके बंदिस्त की, ते ओलांडून जाणे अशक्य. जातिबाह्य कितीही मोठा असो, त्याचे जीवन निर्माल्यवत. या निर्घृण पारंपरिक नीतीवर कुणीही आक्षेप घेऊ शकत नसे. जातिधर्म व्यक्तीची थोरवी जाणीत नसे. कर्ण, एकलव्य यांची थोरवी जाणूनही व्यासाला त्यांना जातिमर्यादेबाहेर मोठेपणा किंवा कौशल्य भोगू देणे परवडले नाही. सामाजिक दंडक किती अनुल्लंघनीय असतात हेच याच्यावरून दिसून येते. व्यक्ती मोठी होते. परम तत्त्वज्ञानी होते. ब्राह्मणापेक्षा धर्मव्याध व्युत्पन्न होऊ शकतो. परंतु त्याने कर्म मात्र पूर्वपरंपरेचेच ठेवले पाहिजे. ही उच्चनीचता विदुराच्याही न्यायबुद्धीला मारक ठरली. योग्य दिसेल ते व्यक्तीच्या बऱ्यावाईट कृत्यांच्या संदर्भात तो बोलला. परंतु जिथे एकलव्याची किंवा कर्णाच्या रूपाने अधर्मसंततीची किंवा हीनजातीयाची समस्या पुढे ठाकली तिथे तिला डावलूच त्याला राहावे लागले. जातीयतेची विषम नीती बौद्धिक किंवा आत्मिक समतेच्या आड येते ही जाणीवच त्या वेळी नव्हती. मात्र एकलव्य, कर्ण यांच्या रूपाने एक अनामिक कटू सत्य मात्र साऱ्यांना अनुभवायला मिळाले. पूर्वकर्मामुळे या लोकी जन्म मिळतो अशा समजुतीवर ज्यांच्या वाट्याला हीन जन्म येई त्यांनी निमूट दिवस काढायचे. मात्र या कर्माच्या ऐसपैस तत्त्वज्ञानालाही कर्णाच्या अती घन व्यक्तिमत्त्वाला स्पर्श करता आला नाही. द्रौपदीचा पूर्वजन्म तिने पाच पतींना वरताच व्यासाला प्रकट करावा लागला. पण जन्मतःच आईने टाकलेल्या कर्णाच्या पूर्वजन्माचे वृत्त सांगण्याला व्यासही समर्थ झाला नाही. सबंध महाभारतात नियतीने पुरी पुरी घेरलेली कुणी व्यक्ती असेल तर ती कर्णाचीच. पण कर्माचे विशाल तत्त्वज्ञान तिच्या प्रत्यक्ष कृतीपुढे व मानी सोशिकपणापुढे उणे ठरले. भगवद्गीतेचा सारा कर्मयोग एकीकडे आणि कोणत्याही तत्त्वज्ञानाचा उच्चार न करता केवळ पौरुषाचीच कास धरून जिद्दीने उभे राहणारे कर्णाचे व्यक्तिमत्त्व दुसरीकडे. जिवंतपणीच अनंत मरणे कर्णाने गिळली.

वीरोचित प्रीतिलाभाची हानी कर्णाने द्रौपदीस्वयंवराच्या वेळी गिळली. कर्ण उभा राहिला. 'पण' जिंकणे त्याला अशक्य नव्हतेच. प्रत्यक्ष सूर्य वरून आल्हादून त्याच्याकडे कृपेने पाहत होता. परतु द्रौपदीचे ''मी सूतपुत्राला वरणार नाही,'' हे वाक्य ऐकताच कर्णाने मुकाट्याने धनुष्य टाकून दिले. त्या वेळी त्याने सूर्याकडे पाहिले. क्रोधाने जळत

असताही तो सूर्याकडे पाहून हसला. आपल्या जन्मदात्याला ओळखून, पुरे जाणून कर्ण हसला. क्रोधाहून हे हसणे फार तीव्र होते. सर्वस्वदान देऊन, अपमान सोशीत, मुद्दाम ठेंगणे होऊन जगायचे होते. क्षुद्रत्वाचा बहाणा चालू ठेवायचा होता. द्रौपदीला सभेत ओढून आणल्यावर कर्ण हसला. ते हसणे द्रौपदीच्या मनातून कधी गेले नाही. मात्र ते हसणे म्हणजे आपल्या स्वयंवराच्या वेळच्या वागणुकीला आणि मयसभेत दुर्योधनाला आपण हसलो त्याला तितकेच मर्मभेदक प्रत्युत्तर आहे हे तिला कसे उमगले नाही, कोण जाणे! उमगते तर तिने कृष्णापुढे त्याचा इतका खल केलाच नसता. द्रौपदीला उद्देशून सभेत कर्ण जे बोलला, ते तो वीर म्हणून बोलला नाही, क्षत्रिय म्हणून बोलला नाही, राजा म्हणून नाही; सूतपुत्र राधेय 'दासी'ला उद्देशून बोलला. कर्णाने स्वस्थितीबद्दल हळहळ दाखवली नाही. परंतु हे बोल मात्र द्रोपदीच्या निर्भर्त्सनेपेक्षा त्याच्या स्वतःच्याच भग्न मनोवृत्तीचे अधिक द्योतक आहेत.

कर्णाच्या नैसर्गिक प्रवृत्ती अत्यंत उदात्त, भावना अतिशय खोल. परंतु या प्रेरणांना पुरतील एवढे संस्कार मात्र त्याच्या दुर्दैवाने त्याला मिळाले नाहीत. एकलव्याची उत्तरकथा व्यासाने निवेदन केली नाही. परंतु कर्णाच्या पूर्ववृत्तापेक्षा त्याचे उत्तरवृत्त अतिशय सूक्ष्मतेने त्याने निवेदन केले आहे. यात कुठेही कृत्रिमतेची बाधा त्याने या व्यक्तिचित्राला लागू दिली नाही. कर्णाचे परमभूषण म्हणजे त्याचे औदार्य, निरुपम औदार्य. पांडवांविषयी मनातून जळत असताही कुंतीला त्याने दिलेले वचन म्हणजे कुंतीच्या ओटीत त्याने टाकलेले आपले मरण. जे त्याचे जीवन तिने पूर्वी फेकून दिले होते, त्याच जीवनाला मृत्यूचा आकार देऊन कर्णाने ते तिच्याकडे परत झुगारून दिले. 'हा तुझा तुच्छ देह तुलाच प्रत्यर्पण' असे म्हटल्यासारखे ते होते. कुंडलांच्या दानात तरी दुसरे काय होते? परंतु युद्धकौशल्य, विलक्षण प्रगल्भ व्यक्तिमत्त्व आणि शूरोचित धैर्य त्याच्याजवळ असले तरीही कर्णाचे व्यक्तिमत्त्व अनेकदा संस्कारहीन वाटते. द्रौपदीला उद्देशून सभेत ''गाय गाय'' असे ओरडणे, ''तुझे पाच नवरे गेले, आता या कौरवांजवळच तू दासी म्हणून राहा.'' असे बोलणे, युद्धाच्या वेळी भीष्माला ''मूर्ख, खादाड, भ्याड'' असे बोलणे, दूताच्या मसलतीत शकुनीला उचलून धरणे; पांडव बनात एकटे असताना त्यांच्यावर घाला घालण्याची मसलत करणे; या गोष्टी ग्राम्य संस्कारांच्याच निदर्शक आहेत. आणि नेमक्या याच गोष्टींचा पांडवांनीही वेळी-अवेळी उच्चार केला. युद्धात भीमाला बोललेले शब्द क्षत्रियधर्माला अनुसरून नाहीत, असे अर्जुन त्याला म्हणाला. एवढेच नव्हे तर अर्जुनाने त्याला 'प्राकृत, 'मूढ' असेही म्हटले. भांडणाच्या वेळी दोन्ही बाजूंनी खरे तेच बाहेर पडते; पण ते कर्कश होऊन म्हणजेच अवास्तव होऊन. कृष्ण, कर्ण, अर्जुन-कोणीच याला अपवाद नव्हते. परंतु कर्णाच्या 'प्राकृत' वृत्तीचा उल्लेख सहजासहजी डोळ्यांआड करता येत नाही. कर्णाला राजपुत्र म्हणून कुणी कोडकौतुकाने शिकवले होते? त्याला सभेत कसे वागायचे, राजनीतीचे दुहेरी धोरण मुलायमपणे कसे सांभाळायचे, व्यवहाराचे

व मृदू भाषेतही कठोर, लागट बोलण्याचे थोरामोठ्यांचे तंत्र कुणी शिकवले होते? कर्ण शिकला ते सारे आपण होऊन. उपजतच तो फार श्रेष्ठ होता म्हणून तो मागे राहिला नाही, इतकेच. 'सूतपुत्र' ही शिवी रात्रंदिवस त्याला सर्वांकडून खावी लागली. मेल्यावरच तो पार्थ झाला, क्षत्रिय झाला. आपण क्षत्रियत्वाच्या संस्कारांना मुकलो हे शल्य इतर सर्व दु:खांपेक्षा कर्णाला जास्त जाचत होते. कारण वीरावेश दाबून टाकून केवळ सारथ्याचा मुलगा म्हणून जगणे तर सर्वथैव अशक्य होते. भारतीय युद्ध ही कर्णाला मिळालेली सर्वांत मोठी देवाची देणगी.

कर्णाला 'सूतपुत्र' हे तुच्छतेचे बिरुद किती वेळा ऐकावे लागले कोण जाणे! ते त्याने कधी निमूटपणे गिळले, तर कधी दातओठ खाऊन. परंतु कर्णाच्या मर्मावर सर्वांत मोठा आघात कुणी केला असेल तर तो भीष्मानेच. कर्णाच्या युद्धकौशल्याची कल्पना कुंतीला रणरंगभूमीच्या प्रसंगी चांगली आली. हा पोरगा कौरवांकडे जाऊन आपल्या मुलांचा वैरी होणार या जाणिवेने ती व्यथित झाली. परंतु युद्धकुशल भीष्माला मात्र ही गोष्ट उमगू नये, याचे आश्चर्य वाटते. युद्धाला प्रारंभ व्हायचा, त्या वेळी हा सेनानी सर्व योद्ध्यांच्या गुणांचे वर्णन करीत होता. ''हा रथी'' "हा महारथी'' असे म्हणत असताना जेव्हा कर्णाची पाळी आली तेव्हा साऱ्यांच्या देखत भीष्म म्हणाला की, ''कर्ण हा अर्धरथी आहे. सूतपुत्र महारथी होऊ शकत नाही, अंगदेशाचा राजा केले तरी सारथ्याचे पोर अर्ध्या रथाचेच वाटेकरी. भीष्माच्या तोंडाने गतानुगतिक जातीय परंपरा बोलत होती. द्रौपदीचे बोलणे गिळणे सोपे होते. परंतु हे बोलणे कर्णाला दु:सह झाले. आयुष्यात अगदी प्रथमच आपल्याला कुणी उपमर्दकारक बोलले म्हणून त्याचा निषेध कर्णाने तिथल्या तिथे केला असेल तर तो या वेळी. दुर्योधनालाही ते ऐकून बरे वाटले नाही. आणि त्याने भीष्माच्या विरुद्ध कर्णाला उत्तेजन दिले. कर्णाचे क्रोधाचे अनेक उद्रेक महाभारतात आहेत. किंबहुना, चिडून टाकून बोलणे हाच त्याचा स्वभाव. मनात माया असली तरी मनातला थोडाही कडवटपणा त्याला लपविता आला नाही. लपविण्याची जरुरीही वाटली नाही. उग्रपणा हे पौरुषाचेच महत्त्वाचे अंग आहे असे त्याला वाटत असावे. परंतु हाती शिर घेऊन लढायला सिद्ध झालेल्या कर्णाला, भीष्माने चारचौघांसमोर 'अर्धरथ' असे म्हटले तेव्हा कर्ण जसा संतापला तसा तो कधीच संतापला नव्हता.

भीष्माला कर्ण जे शब्द बोलला तसे उद्दाम दपर्युक्त पण संपूर्ण सत्य शब्द कुणी कुणाला कधी बोलले नसेल. पण ते बोलणारा कर्ण व ऐकणारा भीष्म होता. आणि म्हणूनच या उद्गारांचे मोल विशेष आहे. कृष्णाशी बोलताना, कुंतीशी बोलताना कर्णाने जो संयम बाळगला तोच त्याने इथेही पाळला. भीष्माची वर्मे त्याने काढली नाहीत. स्वत:चे मनोदौर्बल्यही प्रकट केले नाही. आणि म्हणूनच त्याचे हे बोल अत्यंत प्रखर झाले आहेत. कर्ण भीष्माला म्हणाला, ''तुम्ही जिवंत आहात तोवर मी युद्ध करणार नाही. जर तुमच्या हातून पांडव मेले, तर मी दुर्योधनाच्या अनुज्ञेने कायमचा वनवास पत्करीन. जर तुम्ही

पांडवांकडून मारले गेलात तर मी एकाच रथाने सर्व महारथ्यांचा संहार करीन.'' आणि मानी कर्णाने दहा दिवसपर्यंत युद्धात भाग घेतला नाही. भीष्म अखेर पडला आणि मग मात्र कर्ण हा कर्तव्यनिष्ठ योद्धा झाला. त्याच्यातला तो उद्दाम, उत्स्फूर्त निर्वाणीचा आवेश मावळला. तो माणूस झाला. भीष्माचा अनुयायी झाला. नम्र योद्ध्याच्या भूमिकेत आसन्नमरण सेनानीबद्दल दु:खी झाला. कर्णाने युद्धात अश्रू दोनदाच गाळले. भीष्माच्या मरणाच्या प्रसंगी आणि स्वत:चा मुलगा मेला तेव्हा. भीष्मानेही या प्रसंगी त्याच्या भावनांची व शौर्याची बूज राखून त्याला लढण्यास प्रोत्साहन दिले.

हा लहानसाच प्रसंग. पण त्याच्याभोवती केवढे गुंतागुंतीच्या भावनांचे नाट्य व्यासाने खेळते ठेवले आहे. इथे शापाचे ओढूनताणून आणलेले कारण नाही; दोन प्रभावी मनांचा संघर्ष आहे. संघर्षाच्या स्वाभाविक परिणतीतच या प्रसंगाचे कलामूल्य दडलेले आहे. अपरिमित क्षोभाचे विसर्जन क्षमाशील शोकातच व्हावे, हे कर्णाच्या जीवनाशी सुसंगत असलेले सत्य अगदी अर्धस्फुट असे व्यासाने ठेवलेले आहे. आपले जन्मवृत्त उघड असे अनपेक्षित तऱ्हेनेच कृष्णाकडून कर्णाला कळले. अगदी आकस्मिक अशीच कुंतीची आणि त्याची गाठभेट झाली. त्याच त्या आकस्मिक प्रकारे भीष्माने केलेल्या पाणउताऱ्याचा अनुभव त्याने घेतला. आणि या उत्तरोत्तर युद्धोन्मुख चढत्या आकस्मिकपणाचा शेवटचा बिंदू म्हणजेच भीष्माला कर्णाने दिलेले प्रत्युत्तर व त्याचा आकस्मिक शस्त्रसंन्यास. या बिंदूला कलाटणी भावनोत्कट शोकनिदर्शनाने मिळावी यात नवल नाही. योद्ध्यांचा आवेश चढा असतो, पण त्याचे मन भाबडे असते, श्रद्धाळू असते. ज्याच्यावर श्रद्धा ठेवायची त्या सेनापतीशीच दुर्दैवी कर्णाची अशा वेळी चकमक उडावी आणि त्या क्षोभाने 'तू नाही तर मी' अशी अवस्था यावी हाही एक करुण परिहासच इथे निर्माण झाला आहे. पण इथे कर्णाला आपण आततायी, असंस्कृत म्हणायला धजत नाही. त्याने दहा दिवस युद्धात भाग घेतला नाही म्हणून कौरवांचे उघड नुकसान झाले, हे त्याला का माहीत नव्हते? पण तरी कर्ण तसाच बसून राहिला. कुंतीला दिलेल्या वचनाचे प्रत्यंतर का तो घेत होता? इतर पांडवांना आपण मारायचे नाही, मारायचे फक्त अर्जुनाला; तर मग भीष्माने जर भराभर त्यांना मारले तर दुर्योधनाचे भले होईल आणि आपणाला वचनाला जागता येईल असे का वाटले त्याला? आपल्या बोलण्याने, आपण युद्धातून निवृत्त झाल्याने भीष्माला पराक्रमाची शीग गाठावी लागेल, ही वृत्ती कर्णाच्या त्राग्यामागे नव्हतीच असेही म्हणता येत नाही.

या युद्धात दोन प्रतिज्ञा निर्माण झाल्या. दोघांचाही संबंध भीष्माशी आला. दोन्ही प्रतिज्ञाही शस्त्रत्यागाच्या. अर्जुनाला वाचवण्यासाठी कृष्णाला आपली प्रतिज्ञा भीष्माच्या बाबतीत मोडावी लागली. कर्णाची प्रतिज्ञा भीष्माच्या मृत्यूपर्यंतची असल्याने त्या प्रतिज्ञेची पूर्तता झालेली त्याने अनुभवली. भीष्माच्या मृत्यूनंतर संपूर्ण योद्ध्याच्या भूमिकेत अत्यंत उंचावलेले असे कर्णाचे व्यक्तिमत्त्व आपल्याला जाणवते. नेहमीच्या दरबारी वातावरणात,

सामाजिक व्यवहारात कर्णाचे आचरण थोडे ग्राम्य वाटले, तरी कर्णाच्या व्यक्तिमत्वाचा गाभा प्रखर नीतिमत्तेने भरलेला होता. योद्ध्याची भूमिका ही त्याची खरी भूमिका. ती त्याची भूमिका त्याला पूर्णत्वाने मिळाल्यावर प्रसंगा-प्रसंगांतून कर्ण या नीतीचे किती प्राणपणाने रक्षण करीत होता ते दिसून येते. युद्धात ज्याला 'अधर्म' म्हणून अर्जुन म्हणाला ते केवळ कठोर वचन; दुसरे कटू वचनाचे उदाहरण म्हणजे शल्य आणि कर्ण यांनी परस्परांना केलेली दुरुत्तरे. परंतु तिथेही शल्यानेच कटू बोलायला प्रारंभ केला. कर्णाचे सारथ्य हा त्याला अपमान वाटला. त्या अपमानाची भरपाई उघड दुरुत्तरे बोलून त्याने करून घेतली. आणि म्हणूनच या दुरुत्तरांत कर्णाला दोषी ठरवता येत नाही. अर्जुनाने भीमाबद्दल (भीमाचा प्राण घ्यायच्या युक्त्या लहानपणी दुर्योधनाला सुचवल्याबद्दल) कर्णाला बोल लावला. पण पुढे कर्णाला उद्देशून कृष्णाने जे तोंडसुख घेतले आणि रथाचे चाक भुईत शिरल्यावर त्याचा अधर्माने वध करवला, त्याबद्दल काय?

कर्णाच्या प्रतिज्ञेत आणि नंतरच्या शोकरूपी प्रतिक्रियेत जिथे कृष्ण, अर्जुन, युधिष्ठिर व भीम तिथेच जय हे त्याला उमगलेच होते. त्याने त्या शोकातच त्याचा उच्चार केला. आणि आपले सारे बळ अर्जुनालाच मारण्याच्या धडपडीत खर्च केले. याच शोकात कर्णाने मैत्रीच्या भावनेचाही उल्लेख केला आहे. आपण आपले कर्तव्य केले नाही तर मित्राचे ऋण फेडायचे आपले परमश्रेष्ठ कर्तव्य राहून जाईल हीच काळजी त्याला होती.

पैलू न पाडलेल्या हिऱ्यासारखे कर्णाचे व्यक्तिमत्त्व आहे. त्याच्या अंतरात तेजोगर्भ आहे. बाहेर खडबडीतपणा आहे. कर्णाचे तेज त्याच्या मानीपणात आहे. सोशिकपणाचा कळस कर्णात दिसतो. भुंग्याने मांडी पोखरली तरी कर्णाने मांडीची बैठक मोडली नाही की हांहूं केले नाही. पण जसा शारीरिक तसाच मानसिक सोसाळूपणाही त्याच्यात होता. मानीपणाचाच तो सौम्य आविष्कार आहे. कर्णाला आपण कोण हे माहीत नव्हते असे म्हणवत नाही. नाही तर द्रौपदीच्या स्वयंवरात सूर्याकडे पाहून त्याने विषण्ण स्मित केलेच नसते. कृष्णाने ''तू कुंतीचा मुलगा'' म्हणून सांगितल्यावरही क्रोध किंवा आश्चर्य त्याला वाटलेले दिसत नाही. ही गोष्ट आपल्याला पूर्वीपासूनच माहीत आहे, अशा थाटात तो अतिशय शांतपणे कृष्णाला आपला निश्चय सांगतो. 'सूतपुत्र' हे बिरुद मिरवण्याचा त्याचा निश्चय. आपल्या मानलेल्या आई-बापांबद्दलचा त्याचा जिव्हाळा पाहून कृष्ण निरुत्तर झाला. राज्य, मानसन्मान, स्त्री आणि आतापर्यंत वंचित असलेले क्षत्रियत्व यांची उघड प्राप्ती कर्णाने ठोकरून दिली. ज्या मातीत तो वाढला तिच्याशी त्याने इमान राखले. प्रलोभनाने मिळालेले यश तुच्छ लेखले. पुढे कुंतीशी बोलताना त्याने कुठेही आततायी बोलणे केले नाही. ''मला टाकलेस ते तू बरे केले नाहीस'', हेच तो म्हणाला. आणि ''अर्जुन सोडून कर्णासह, किंवा कर्ण सोडून अर्जुनासह पाच पुत्र तुला राहतील'' असे आश्वासन तिला दिले-आणि असे म्हटले तरी मनोमनी अर्जुनाचेही प्राण त्याने तिला दिले, कुंडलांच्या दानाच्या रूपाने. इतकेच नव्हे, तर आईचे हे गुपित त्याने मरेपर्यंत कायम

राखले. कोणत्याही प्रकारे पांडवांना त्याचा सुगावा त्याने लागू दिला नाही. क्रोधाच्या प्रसंगीदेखील त्यांच्या आईचा हा उणेपणा त्यांना उमगू दिला नाही. कदाचित हे सत्य झाकण्यासाठीच कर्णाने दुरुत्तरांचा आश्रय केला असावा. कृष्ण व कर्ण यांच्या भेटीतही शेवटी कृष्णाबद्दल अत्यंत ममता त्याने दाखवली. शेवटी त्याचे चाक भूमीने गिळले तेव्हा त्याला अवसर देण्याचे नाकारून कृष्ण जेव्हा अर्जुनाला त्याच्यावर हल्ला करायला सांगतो, त्या वेळी कर्ण त्याला ''हा अधर्म आहे'' असे म्हणतो. तेव्हा कृष्ण त्याला त्याच्या पूर्वीच्या साऱ्या दुर्वचनांचा व कृत्यांचा दाखला देऊन ''तेव्हा तुझा धर्म कुठे गेला होता?'' असे विचारतो. कर्ण लाजेने खाली मान घालतो व मृत्यूला सामोरा जातो. शल्याशी घातला तसा वाद तो घालीत नाही. कारण आता त्याच्या मनाची क्षितिजे विस्तारली होती. युद्धाचे लहान जयपराजय, शोक त्याच्या काळजाला भिडले होते. युधिष्ठिराला व इतर पांडवांना त्याने न मारता सोडले. ही गोष्ट युधिष्ठिराच्या मनाला झोंबली. कर्णाला अभिमन्यू, अर्जुन आणि प्रसंगी भीम यांच्यापुढे हार खावी लागली. एकदा तो पळालाही. एकदा तर अशा माघारीच्या वेळी कावून जाऊन तो म्हणाला, ''धर्म म्हणे त्याचे रक्षण केले की आपले रक्षण करतो. मी नेहमी धर्माने वागत आलो आहे. मग माझ्या रक्षणासाठी धर्म कां उपयोगी पडत नाही? धर्माबद्दल शंका येते.'' कर्णाच्या जीवनाचे समग्रदर्शन घेतले तर हे उद्गार पटायला वेळ लागत नाही. पण खाचखळग्यांकडे बारकाईने पाहिल्यास कृष्णाचे लागट उद्गारही आठवतात.

कर्ण लज्जान्वित होतो तो क्षण मोलाचा आहे. या क्षणातच त्याच्या करणीचे सत्यदर्शन त्याला होते. फिरून निर्वाणीने लढायला तो सज्ज होतो. पण परिस्थिती सगळीच विपरीत. कौरवांनी त्याला एकटे सोडले आहे. रथ जमिनीत रुतला आहे. मर्मभेदी सत्याने मन साफ मोडून गेले आहे. पण मित्राच्या हितासाठीच आपण हे सारे केले, हे समाधान उराशी धरून कर्ण मरण पावतो. कर्ण मेला आणि त्याच्या जीवनाला सहस्रशः वाचा फुटली. कुंतीने त्याचे जन्मरहस्य युधिष्ठिराला सांगितले. कधी न संतापणारा युधिष्ठिर अतिशय तापला आणि त्याने कुंतीच्या रूपाने अखिल स्त्रीजातीला शापले. ''हे गुपित तू आधी सांगितले असतेस तर सारा अनर्थ टळला असता!'' असे तो म्हणाला. कर्णाच्या पुढे युधिष्ठिर नेहमी क्षुब्ध होई. परंतु हे नाते कळल्यावर त्या क्षोभाला पारावर राहिला नाही. वैर गेले. बंधुहत्येचे दुःख छातीवर बसले. या प्रतिक्रियेमुळे कर्णाबद्दलच्या मरणोत्तर भावनांनी त्याच्याबद्दलच्या आपल्या सर्वच वर्तनाबद्दल पांडवांना अनुताप झाला. कर्णाचे वागणे प्रसंगी क्रूर, अन्यायी झाले. पण त्याच्याशी दैव क्रूर खेळ खेळले; त्याला उपमाच नाही हे त्यांना कळले. कर्णाला उघड कुंतीपुत्र म्हणून जगता आले असते, तर द्रौपदी त्यालाच मिळाली असती. राज्य त्याचेच होते. त्याचा निसर्गदत्त हक्क कुंतीच्या गौप्यवृत्तीमुळे पांडवांना मिळाला. नकळत का होईना, पण त्याच्या जीवनसर्वस्वाचे अपहरण त्याच्याच मातेने व भावांनी केले होते. कर्ण सारे सोशीत मेला. सर्वस्वाचे दान उघड, मोठ्या दर्पाने

पांडवांना देऊन गेला. आणि पांडवांनी त्याच्याकरिता काय केले? तर श्राद्धविधी.

आणि कुंती? चिरतारुण्याचा वररूपी शाप मिळालेली कुंती–तिची व्यथाही कर्णासारखीच खोल दडलेली आहे. कुंतीही एकाकी आहे. तिच्या एकाकीपणाचा भग्न वारसा कर्णाकडे काय तो आला. तोच त्यांच्यातला दुवा. कुंती कृष्णाकडे दु:खाचे वरदान मागते. कर्णाचे जीवन आपण दु:खी केले त्याबद्दल प्रायश्चित्तच ती घेत होती का? कुंतीचे मन प्रथमपासूनच दु:खी. हे दु:ख ती फक्त कृष्णापुढे ओकते. तो माहेरचा सहृदय माणूस म्हणून, त्याच्यापाशी कुंतीचे मोठे गाऱ्हाणे, तिचे लपलेले दु:ख बाहेर येते. ही यादवांची मुलगी कुंतिभोज राजाला दत्तक दिलेली. वास्तविक दोन समर्थ पिते असूनही कुंती पोरकीच होती. ती यादवांचीच राहती तर तिचा विवाह बिनबोभाट होऊन कर्णासारखे मूल तिला सोडावे लागते ना! पण बापाला आपली गुणी, देखणी मुलगी वैभवशाली राणी व्हावी असे वाटले आणि त्याने तिला कुंतिभोजाला दत्तक दिली. तिथे मोठ्या घरीं मोठ्या जबाबदाऱ्या आल्या. अजाण वयात दुर्वासाचा विचित्र वर मिळाला. त्या जिज्ञासेच्या पोटी सूर्याचे आवाहन केले. आणि मग गर्भधारणा. पुढे पंडूशी लग्न झाले आणि नंतर पांडवांचा जन्म. त्यांच्या जन्माच्या आधी कुंतीने आपणाला दुर्वासाने वर दिल्याचे पतीला सांगितले, पण कर्णाच्या जन्माची कथा सांगितली नाही. त्या वेळी पुत्रासाठी हपापलेल्या त्या राजाने कदाचित कर्णाचा स्वीकारही केला असता.

कर्ण मेला आणि कर्णाला श्राद्धही मिळणार नाही या वेदनेने कुंतीला ग्रासले. जयापजयांतली ईर्ष्या गेली होती. ती आता पांडवांची आई असली तरी त्यांच्या भोगाची वाटेकरी नव्हती. आता ती फक्त कर्णाची आई होती. ज्यांच्या भल्यासाठी कर्णाने जीव घालवला त्या म्हाताऱ्या सासूसासऱ्यांच्या संगतीत तिला जीवनाची अखेर करायची होती. कर्णाचे मरण हे प्रेमाचे प्रतीक व्हायचे होते. तेढ मिटून दोन्ही घरांचा एकजीव व्हायचा होता. मृत्यूला साक्षी ठेवून कुंती या व्रताला निर्भय मनाने तयार झाली. जीवन शेवटच्या बिंदूपर्यंत ती जिद्दीने जगली. त्याचा लोभ म्हणून नव्हे, तर दु:खाने जड झालेले ओझे वागवून आपल्या पापाची भरपाई व्हावी म्हणून. कुंती पतीशी समरस झाली नाही, मुलांशी नाही. त्यांचे रक्षण तिने केले. त्यांना योग्य स्थान मिळावे म्हणून प्रोत्साहन तिने दिले. पण मनाने ती त्यांची नव्हती. स्वत:चीही नव्हती. पण कर्ण गेला आणि त्याच्याशी ती शांत चित्ताने समरस झाली. जागत्या दु:खाने तिने आपले जीवन त्याच्या जीवनाच्या शेवटाशी जोडून टाकले. ज्या राधेने कर्णाला प्रेम दिले, पोषण दिले, तिच्या पायरीला पाय लावण्याइतकी तपस्या कुंतीने केली. कर्णामागून फरपटत जाण्यात तिने सुख मानले. द्रौपदी, पांडव, कुंती यांच्यामध्ये फिरून कर्ण जिवंत झाला. मृत्यूपासून कर्ण नवा झाला. कर्ण मृतावस्थेतही अती सुंदर दिसत होता असे व्यास सांगतो. हे सौंदर्य त्या सौंदर्यप्रेमी जिवाला मिळावे, आणि इतर कुणालाही मिळू नये, यातच कर्णाच्या सदा वाढत्या जीवनाचे सार आहे. प्रत्येक युगात, प्रत्येक व्यक्तीत, हरएक दु:खनिराशेच्या क्षणात,

सुखाच्या लालसेत, पराक्रमाच्या दुर्दम्य आवेशात, स्नेहाच्या आविष्कारात, कर्ण ठायी-ठायी प्रकट होतो. पण क्षणभरच. कर्ण दिलासा देतो आणि निघून जातो. कुठेच तो फार काळ टिकत नाही. कुणालाही कर्णाला आपला अधिकार गाजवता येत नाही. कर्ण कुणाचाच नाही. कर्ण एकाकी आहे. सुळक्यासारखा उंच गेलेला आहे. पण सर्वांच्या वेदनेचे, अभिमानाचे, पराक्रमाचे आणि नेकीचे प्रतीक मात्र कर्ण हा एकच आहे, यात शंका नाही.

६ | परीकथेतून वास्तवाकडे

अर्जुनाचे व्यक्तिमत्त्व दुभंगलेले आहे. स्वप्नसंभ्रमात वावरणारा नवयुवा वनवासी राजपुत्र आणि वास्तवाच्या दर्शनाने स्तिमित झालेला प्रौढ पुरुष. अर्जुनाच्या जीवनाचे सरळ दोन भाग पाडले आहेत. आणि हा जोडसांधा स्पष्ट दिसतो. हा सांधा म्हणजेच भारतीय युद्ध. वास्तविक अर्जुन हा धनुर्धर. प्रारंभापासून शेवटपर्यंत. धनुर्धराचे अस्तित्वच युद्धावर अवलंबून. अर्जुनही लहानपणापासून ही भूमिका अचूक सांभाळीतच होता. पण कुरुयुद्ध हे आगेमागे आलेल्या लढायांहून निराळे होते. तिथे जिंकणे आवश्यक असले, तरी हार व जीत या दोहोंनाही एक वेगळेच रूप आले होते. त्या दोहोंचे मिळून एक रसायनच जणू तयार झाले होते. हा जो त्या युद्धाचा परिपाक होता, तो सर्वच योद्ध्यांना नवा होता. विशेषतः जेत्यांना. त्यातली जयाची गोडी उतरली होती. अपजयाची खुमारी वाढली होती. क्षत्रियाला युद्धातल्या अखेरगतीच्या तत्त्वज्ञानाचे बाळकडूच मिळालेले असते. तरी पण त्या साऱ्या मानीव तत्त्वज्ञानांच्या पलीकडचे, आधीच्या साऱ्या अनुभवांना नामशेष करणारे असे नवेच सत्य पांडवांना सामोरे आले. ते त्याना धरवेना; ते त्यांना सोडवेना. नव्हे, ते त्यांना पुरेसे समजेनादेखील. कारण इथे सत्य हे केवळ काल्पनिक घोकीव सत्य नव्हते. ते वास्तवाशी एकजीव झाले होते. ते वास्तवाशी समरूप झालेले प्रखर सत्य पुढे येताच ते सामावून घ्यायला पांडवांचे आधीचे सारे अनुभव अगदी थिटे पडले. कृष्णानेही या सत्याचे विवरण करण्याचे नाकारले. या सत्याला मूढत्वाचे आवरण असणेच बरे असे तर त्याला वाटले नसेल? वास्तवाचा अद्भुताशी असा संयोग होऊन घडलेले ते सत्य; त्याला नाव देणे तर राहोच, पण त्याला स्पर्शही करणे पांडवांना कठीण झाले. आणि इकडे तर ते त्यांनाच येऊन भिडले होते. शत्रुत्वाची भिंत होती तोवर सत्याच्या नावाने तिच्यावर प्रहार करून स्वतःच्या मनाची टवटवी शाबूत ठेवणे पांडवांना शक्य झाले. परंतु ती भिंत कोसळताच द्वैतामुळे त्या सत्याला जे स्थूल रूप आले होते, जो परिचित आकार आला होता, कल्पनेने ज्या रंगांची पुटांवर पुटे त्याला चढली होती, ती सारी आता अनामिकात

जिरली. रंगीबेरंगी ढग अंधारात जिरतात तसे. या अनामिकाचा आघात युधिष्ठिरावर फार झाला. त्याच्या खालोखाल अर्जुनावर. पण त्या दोघांच्या प्रतिक्रिया मात्र भिन्न प्रकारच्या झाल्या.

त्या दोघांच्या व्यक्तिमत्त्वांतले भिन्नपण इथेच विशेष जाणवते. त्यांच्यामधले प्रेमबंधन क्षणभर अलग होते आणि त्या दोघांच्या मनातला सुप्त एकाकीपणा त्यांच्या व्यक्तिमत्त्वाप्रमाणे व्यक्त होतो. फरक एवढाच की युधिष्ठिराच्या व्यक्तिमत्त्वात हा सांधा दिसत नाही. त्याच्या भावनांचे स्वरूप पूर्वीसारखेच राहिले. भरतीओहोटी अंगावर सतत घेणाऱ्या सागरकिनाऱ्याप्रमाणे युधिष्ठिराचे व्यक्तिमत्त्व आहे आणि म्हणूनच त्याचा वाण बदलत नाही. अर्जुनाचे तसे नाही; आणि म्हणूनच हा सांधा त्याच्या बाबतीत स्पष्ट दिसतो. भीमही पूर्वी होता तसाच मनाने राहिला. कौरवांच्या बाबतीतला त्याचा द्वेष मरेपर्यंत होता तसाच राहिला. तरी पण भीम आणि युधिष्ठिर यांची मानसिक एकात्मता एका प्रकारची नव्हती. युधिष्ठिराची धारणा तीव्र होती, त्यामुळे त्याच्या एकात्मतेला श्रेष्ठ मूल्य आले. भीमाची एकात्मता बालिश होती, म्हणून तिला मूल्य आलेच नाही. अर्जुनाच्या बाबतीत मात्र एकात्मतेला आलेली बाधा विशेष जाणवते. तो युधिष्ठिरासारखा नव्हता, तरी त्याचे मन त्याच्याशी समांतर होते. तो भीमासारखा नव्हता, तरी तो भीमाला युधिष्ठिरापेक्षा अधिक चांगले ओळखीत होता, त्याच्याशी समरसू शकत होता. का? कारण अर्जुन हा परीकथेतल्या सढळ, ऐसपैस विजेत्याचे प्रतीक आहे. अर्जुन हा परीकथेचा आदर्श नायक आहे. आदर्श नायक असल्याने मनाने तो युधिष्ठिराजवळ व बळाच्या भूमिकेत भीमाच्या जवळ आहे. अद्भुताच्या वलयात जवळजवळ जन्मभर वावरलेला नायक अर्जुनच. त्या अद्भुताचा उपनायक भीम. आणि या अद्भुताला वेळी खतपाणी घालणारा, वेळी वास्तवाचे दर्शन घडवून अद्भुताची सारी किमया नष्ट करणारा युधिष्ठिर.

अद्भुत कथेचा नायक अर्जुन हा इतर कोणत्याही नायकाप्रमाणे एकाच आकाराच्या, एकाच तऱ्हेच्या घटनांच्या मंडलात वावरत असतो. अर्जुनाची कहाणी ही इतर कुठल्याही कहाणीप्रमाणे अती सुलभ करता येते. एक राजपुत्र आहे. बिचारा वनवासी विधवेचा पुत्र. तीन भावांत सर्वांत लहान. राज्य चुलत्याने घेतलेले. ते परत मिळवायचे ही गोठ्या भावाची इच्छा. हा गुरूकडे जातो, वीर होतो. चुलत्याला आणि चुलतभावाला ते सहन होत नाही आणि तो त्याला वनात पाठवतो. नायक लाक्षागृहात वाहेर पडतो. खांडववनात अद्भुत चमत्कार घडवतो. भावांबरोबर राजकन्येच्या स्वयंवरात जातो. तिला जिंकतो. मग राजसूययज्ञात पराक्रम करतो. राजकन्यांमागे राजकन्या वरतो. देशोदेशी भ्रमण, पराक्रम, तप आणि सिद्धी मिळवतो. अद्भुत कथेतल्या नायकाचे साध्य दुराराध्य असले तरी ते ठरीव काळात, ठरीव मार्गानी प्राप्त होणारे असते. त्याच ठरीव मार्गांनी अर्जुन नागकन्या उलूपी, चित्रांगदा यांना प्राप्त करून घेतो. किराताशी लढतो. त्याच्याकडून वर प्राप्त करून घेतो. भावांबरोबर काही दिवस मयसभेच्या अती अद्भुत घरात राहतो. भावांसाठी

राजांशी युद्ध करून अपरंपार धन मिळवून आणतो. काम आणि अर्थ यांच्यात पुरे साफल्य मिळवतो. तपात उणा पडत नाही. तो इंद्रसभेत जातो. भारतीय अद्भुत कथांतले अनेक नायक जातात तसाच. इंद्रलोकीची अप्सरा त्याच्यावर त्या नायकांप्रमाणेच भुलते. उर्वशीला अर्जुन नकार देतो. आणि अशा नकारातून होणारे शापाचे परीकथांतले वलयही त्याच्याभोवती फिरते. एका नागानेही त्याच्याशी वैर धरले आहे. अर्जुनाचा बाण म्हणे त्याला कधीकाळी बिळात घुसून लागला. त्या वैराचे उट्टे फेडण्यासाठी तो नाग कर्णाच्या हातातला बाण झाला. परीकथेतल्या तपस्वी वैऱ्याप्रमाणे कर्णही नेमिष्ठ असतो. एक बाण तो दोनदा सोडीत नाही आणि म्हणून नागाचे अर्जुनावरचे वैर फुकट जाते व ते कर्णावरच उलटते. गोग्रहणाच्या संकटाचे निवारण झाल्यामुळे विराट राजा उत्तरेलाही अर्जुनालाच द्यायला निघतो. अर्जुन तिचा स्वीकार पत्नी म्हणून करीत नाही; सून म्हणून तिचा तो स्वीकार करतो. त्याला आपले वय आठवते, आणि या घटकेलाच त्याला वास्तवाशी जोडणारा बळकट धागा व्यास तयार करतो. उर्वशीला 'नाही' म्हणतानाच तिचे व आपले नाते आजी-नातवासारखे आहे हे अर्जुनाच्या मनात येते. इथेच युधिष्ठिराचा तो भाऊ आदर्श भूमिकेत वावरतो. युधिष्ठिर वावरला असता तसा वावरतो. इथेच वास्तव आणि आदर्श यांच्या जाणिवेचे बीज व्यास प्रथम पेरतो आणि परमावधीच्या कौशल्याने परीकथेचा तंतू विलक्षण चैतन्याने भरून टाकतो. हे चैतन्य काल्पनिकाच्या स्फुरणातून त्याने निर्माण केलेले नाही. पारंपरिक परीकथांत हे स्फुरण असते, पण त्यामुळे ती कथा यांत्रिक बनते. हे यशस्वी तंत्र वापरताना व्यासाने त्या यशातले दौर्बल्य ओळखलेले दिसते. आणि म्हणून या तंत्राला त्याने वेगळीच कलाटणी देऊन त्याचे भडक रंग सौम्य केले. त्यातल्या नायकाच्या एकाकी भ्रमंतीला वडील भावाचे व द्रौपदीचे कडक नियंत्रण घातले आणि युद्धाच्या विजयात कथेची समाप्ती केली नाही. परंतु हे करताना परीकथेचा नाजूक साजही त्याने बिघडू दिलेला नाही. अर्जुन दिव्य अस्त्रांच्या प्राप्तीसाठी काम्यकवन सोडून एकटाच महावनात गेला, त्या वेळी साऱ्या भावांना सुंदर वन शून्य दिसू लागले. पण त्याच्या प्रिय राणीला जे वाटले ते वाटले. द्रौपदी म्हणते, ''झाडे फुलली असूनही हे वन मला वैराण वाटते.'' भावांना त्याच्या धनुष्याचा टणत्कार ऐकू येत नाही म्हणून ओके-आके वाटते, तर द्रौपदीला त्या वन्य सौंदर्याचा प्राणच जणू हरवला असे वाटते. आणि मग ज्याप्रमाणे परीकथेत हरपलेल्या नायकाच्या शोधाला भाऊ जातात, नायिका जाते, त्याप्रमाणेच चौघे पांडव व द्रौपदी रानोमाळ अर्जुनाला धुंडीत हिंडू लागली. याप्रमाणे परीकथेच्या हळुवार वेचक तेवढ्याच कला घेऊन व्यासाने आपल्या कथावस्तूला परीकथेच्या जाचातून मुक्त ठेवले आहे.

या परीकथेचा शेवटही व्यासाने अतिशय मजेदार केलेला आहे. स्वप्नातच सुंदर स्वप्न पडावे त्याप्रमाणे. गीतेचे कथन आणि विश्वरूपदर्शन हा अर्जुनाच्या नवयुवकाच्या स्वप्नाळू वृत्तीचा कळस आहे. त्यानंतर क्रिया आणि प्रतिक्रिया. बऱ्या आणि वाईट परीकथेच्या

नायकालाही अतींद्रिय शक्ती असलेला सल्लागार कुणीतरी असतो. तोच भार इथे कृष्णाने उचलला आहे. स्वत:ला अर्जुनापासून दूर करताना हा परमोच्च प्रसादाचा क्षण त्याने अर्जुनाला अनुभवू दिला. इथेच जीवन-मृत्यूच्या लाक्षणिक अर्थाचा उलगडा पुढे करून कृष्ण, अर्जुनाच्या जीवनातले परीकथेचे ते विरविरीत पटल छेदून टाकतो. पण ते इतके हळूहळू, की ते जाते आहे असे आपल्याला कळतही नाही. मोठी भूल घालून त्याने लहानलहान भ्रमजालके, स्वप्नदृश्ये नाहीशी केली. द्रौपदी, उलूपी, चित्रांगदा आता नायिका राहिल्या नाहीत. त्या होत्या केवळ प्रौढ माता. अर्जुनाला जिंकायचे होते फक्त राज्य. पण त्या जिंकण्यातला उन्माद आता गळून पडला होता. इथून पुढे त्याला नवजीवन जगायचे होते. गतजीवनातल्या स्मृतींची मनाशी उजळणीही करायची नव्हती. अर्जुन तत्त्वज्ञानाने जागता झाला. युद्धाने मुलगा मेलेला दु:खी बाप झाला. पापाचा धनी झाला. पुण्याचा वारसदार झाला. भक्त झाला. आणि तितकाच पोक्त आणि रिताही झाला.

जिये परीकथेतल्या नायकाची कहाणी संपू लागते, तिथे रित्या झालेल्या पोक्ताची रुक्ष, वास्तव कहाणी सुरू होते. इथेच पारंपरिक काव्यमयता संपून वास्तवाच्या प्रांतात पाऊल टाकल्यावर व्यासाची संयत व प्रगल्भ काव्यमयता प्रत्ययास येते. त्याच्या या प्रतिभेचा साक्षात्कार अद्‌भुत व वास्तव यांचा अत्यंत स्वाभाविकपणे मेळ घालणाऱ्या काही प्रसंगांत आढळून येतो. परीकथेतल्या नायकाला गुरू असतो. अर्जुनाचे गुरू दोन : कृष्ण व कधीकधी युधिष्ठिर. अर्जुन इंद्रसभेत गेला युधिष्ठिराच्या प्रेरणेनेच. तिथे जायची शक्ती त्याला आली ती व्यासाने आपल्याला शिकवलेली अमोल प्रतिस्मृतिविद्या युधिष्ठिराने त्याला दिली म्हणूनच. या विद्येमुळेच अर्जुन इंद्रसभेत राहूनही आपल्या तिथे जाण्याचा मूळ हेतू विसरला नाही. उर्वशीचे प्रलोभन त्याला पडले नाही. तिचे सौंदर्य, नृत्य, काही काही त्याला दिसूनही ओळखू आले नाही. त्याला ती पूर्वजाच्या लिंगातीत स्वरूपातच दिसली. कारण इंद्रलोकीही दिव्य भोगांत तो बुडला नाही. तिथे त्याला सुख नव्हते. द्रौपदीत त्याचे मन गुंतले होते. तिच्या दु:खाच्या जाणिवेने तो अस्वस्थ होता. तो केवळ तपस्वी होता. द्रौपतीने त्याला आणखी कुणा स्त्रीशी संबंध आणू नको असे थोडेच सांगितले होते? पण इथे कुटुंबशील अर्जुन पत्नीला विसरू शकला नाही. भावाला विसरला नाही. द्यूताचे शल्य विसरला नाही. युधिष्ठिराबद्दल सूक्ष्म कटू भावना त्याला विद्ध करीत होती. एकीकडे ओढ व एकीकडे घृणा. या अस्वस्थ मन:स्थितीनेच परीकथेच्या वातावरणाचा भंग होऊ न देता अर्जुनाला वास्तवापासून पराङ्मुख होऊ दिले नाही. परीकथा व वास्तव यांमधील हा ताण अनेक प्रसंगी मोठ्या कौशल्याने वापरेला दिसतो. कधी तो ताण फार खालच्या पातळीवर नेऊन अगदी सैल केलेला दिसतो तर कधी खूप ओढून तो कथानकात कलाटणी निर्माण करतो; इतकेच नाही तर नायकाच्या प्रतिक्रियाही अतिशय तीव्र बनवतो. यक्षप्रश्नाच्या वेळी वास्तविक अर्जुनच नायकाचे काम करायचा. पण तिथे युधिष्ठिर नायक होऊन भावांना जिवंत करतो. इथे हा ताण अगदी मंद झाला आहे.

भारतीय युद्धाला सुरुवात झाली आणि दुर्योधनाच्या मनात जयाबद्दल धाकधूक असल्याने त्याने युधिष्ठिराशी फिरून द्यूत खेळून त्याला जिंकून घेण्याची मनीषा धरली. ज्या वेळी द्रोण युधिष्ठिराला जिवंत पकडून दुर्योधनाला देण्याची प्रतिज्ञा करतो, त्या वेळी युधिष्ठिर अर्जुनाला म्हणतो, ''अर्जुना, ही जर प्रतिज्ञा फळली तर तू माझ्यामागून लढ.'' अर्जुन त्या वेळी परीकथेतल्या आदर्श नायकाच्या कैफात होता. तो उत्तरतो, ''मी द्रोणावर शस्त्र धरणार नाही आणि तुलाही जिंकू देणार नाही. मी जिवंत आहे तोवर तुला कुणी धरणार नाही.'' या वेळी अर्जुनाला आपल्या सत्यवृत्तीचा कैफ चढला होता. तो म्हणतो, ''मी कधी खोटे बोललेले मला आठवत नाही. माझा कधी पराजय झाल्याचेही मला स्मरत नाही. कधी खोटे आचरण मी केलेले नाही. तेव्हा तू भिऊ नको.'' यक्षप्रश्नाच्या वेळी असलेल्या भूमिकेच्या अगदी विरुद्ध ही भूमिका आहे. इथे भावाभावांच्या भूमिकांची अदलाबदल झाली आहे. इथूनच अर्जुनाचे गुरुपद एकट्या कृष्णाकडे जाते.

या भयामुळेच युधिष्ठिर युद्धात अस्थिर झाला. कधी त्याला पळून जावे लागले, तर कधी कर्णाने सोडल्याचा अपमान त्याला गिळावा लागला. अर्जुनाने त्याला वाचवले. पण त्याला वाचवता वाचवता अभिमन्यूचा बळी पडला. युधिष्ठिराचे तोंड काळेठिक्कर पडले. अर्जुनाला तोंड कसे दाखवावे याची काळजी त्याला पडली. या वेळी जयद्रथाच्या वधाची प्रतिज्ञा अर्जुनाने केली. ''माझी शस्त्रे कमी लेखू नका. माझे हे धनुष्य कमी लेखू नका. माझ्या बाहूंतले सामर्थ्य कमी लेखू नका. हा धनंजय कमी आहे असे समजू नका.'' असे अवसान त्याने शोक आवरून आणले. ''अभिमन्यू पडला तर मी प्राण ठेवणार नाही.'' हे मागचे बोलणे गिळून त्याने मन घट्ट केले. फिरून तो वीर झाला. परीकथेचा नायक अल्पकाल झाला. कृष्णाला बरोबर घेऊन हिमालयात जाऊन पाशुपत-अस्त्राची प्राप्ती त्याने करून घेतली.

जयद्रथवधापासून कृष्णाच्या सांगीप्रमाणे अनेक बरीवाईट धोरणे अर्जुनाला 'युद्धनीती'च्या नावाखाली खपवावी लागली. कौरवांचे धोरण, युद्धनीती अती स्वच्छ असावी असे, तर कृष्णअर्जुनाचे धोरण सर्वसाधारण दैनंदिन नीती शुद्ध व युद्धकालीन नीती प्रसंगानुरूप असे होते. दोन्ही बाजूंच्या नीतिविषयक धोरणांचा असा एकमेकांना छेद गेल्यामुळे एक विलक्षण पोकळी निर्माण होते आणि साऱ्या रूढ व अरूढ घटनांना ती एकाच पातळीवर आणून सोडते. दिव्य व पार्थिव एक होते; सत्य आणि असत्य दोरखंडातल्या पिळांप्रमाणे एकमेकांत गुरफटून जातात. वीर आणि भीरू एकाच व्यक्तीत आलटूनपालटून दिसतात. दारुण दु:ख व भीषण आनंद अलग करता येत नाहीत. वैर व मैत्री यांची मर्यादा तुटते. सारी माणसे अगदी एका मोजमापाची होतात. कृष्ण वास्तविक देवावतार; पण त्याचेही विभूतिमत्त्व या पोकळीने पार हरण केले. उत्तरेच्या मुलाला जिवंत ठेवण्यासाठी, अश्वत्थाम्याला जीवनातून हुसकावून लावण्यासाठी, भीष्माला शेवटच्या

क्षणी आपल्याला सगुण ब्रह्म दिसले हे समाधान देण्यासाठी जरी विभूतिमत्त्वाचे प्रसंग अधूनमधून आले असले, तरी कृष्णाचे व्यक्तिमत्त्व कुठेही माणुसकीची सीमा ओलांडून जात नाही. इतरांप्रमाणे तोही दैवाधीनच राहिला आहे. इतरांच्या हालचालींत पार गुंतून, गुरफटून गेला आहे. गुरूची भूमिका धारण करण्यासाठी फार मोठी किंमत त्याला द्यावी लागली आहे. त्याने दिलेल्या बऱ्यावाईट सर्व सल्ल्यांबद्दल खूप मोठा दंड त्याने आपणहून पत्करला आहे. गाजावाजा न करता विसर्जनाची भूमिका त्याने स्वीकारली. मुळेबाळे, संपत्ती, कीर्ती-सारे सारे त्याने दुसऱ्यांच्या शापाच्या रूपाने भोगले. पांडवापेक्षा वैराण झालेले आपले घर त्याने पाहिले. धृतराष्ट्राला जो संहार पाहावा लागला त्याहून दुर्धर दुःख वासुदेवाच्या वाट्याला आले. कौरव युद्धात मेले हे पांडवांचे श्रेय काही थोडे नव्हते. ते श्रेयही यादवांच्या वाट्याला आले नाही. क्षुद्र भाऊबंदकीत, फुशारकीतच ते मेले. कौरवांच्या मृत्यूचे प्रतीक गदा, तर यादवांच्या मृत्यूचे प्रतीक मुसळ. या प्रतीकांतच यादवांच्या शोककथेचे सार आहे. बरे, एवढे होते तरी बरे होते. पण कृष्णाच्या स्त्रियाही पळवल्या गेल्या, आणि अर्जुनाच्या वीरश्रीची अखेर त्यांना सोडवण्यात झाली. परिकथेतल्या राजपुत्राचा खरा प्राण इथेच कायमचा गेलेला आहे. नेहमीच्या परीकथेत गौरवाच्या शिखरावर नायक असताना कथेचा शेवट होतो आणि नायकाला चिरजीवन लाभते. पण या अभिनव व्यासकथेत मात्र अर्जुन लहानसहान मरणे मरत अखेर अशा तऱ्हेने जिवंतपणीच्या मोठ्या मरणात कायमचा गाडला जातो. स्वर्गारोहण करते ती त्याची केवळ छाया. युधिष्ठिराच्या भावाची छाया. द्रौपदीच्या पतीची छाया. त्याची स्वतःची छाया युद्धात हळूहळू झरू लागली आणि कृष्णमरणात कायमची विरली. अर्जुनाच्या वीरत्वाच्या स्मृतींचा झरा जसा कृष्ण, तसा अर्जुनाच्या दोषांचाही अक्षरशः वाटेकरी कृष्ण होतो. ''मला मुलेबाळे, बायका, राज्य यांच्याहून, इतकेच काय पण प्राणाहूनही, अर्जुन प्रिय आहे,'' या कृष्णाच्या उद्गारांचा व्यासाने अती सूचकतेने उपयोग करून घेतला आहे. ''कृष्णाचा प्राण अर्जुन आणि अर्जुनाचा प्राण कृष्ण'' या वचनाला धरून दोघांनाही एकाच विदारक नियतीला जखडून ठेवून व्यासाने मानवतेची मूल्ये कलेच्या परमोच्च पातळीवर कायमची नेऊन ठेवली आहेत. दुःखांतिका, नीती, बोध, कला, नाट्य, इतिहास, निरूपण-सारे सारे मृत्यूच्या विराट पार्श्वभूमीवर केवळ मानवी आविष्कारात एकजीव करून त्याने ओतले आहे. हरघडीला जीवन व मृत्यू यांत असलेला ताणतणावा त्याने एकाच गतीत कायम राखला आहे. गर्भातल्या जीवापासून तो भीष्मासारख्या जराजीर्णापर्यंत सर्वांना एकाच आवरणात त्याने लपेटले आहे. दुष्टसुष्ट, लहानथोर,–सारे विविध भावनांच्या भोवऱ्यात सापडून एकाच अंतमय अज्ञात सृष्टीत प्रवेश करून पाहता पाहता नाहीसे होताहेत. आणि उरते काय? तर त्यांच्या कृत्यांच्या दीर्घकाळ मागे राहतील अशा जिवट, चिवट मातीवरच्या चित्रविचित्र आकृती. आणि त्या आकृती चक्रव्यूहासारख्या मेलेल्यांच्या नियतीतून उत्पन्न झालेल्या. जे जिवंत राहिले ते घुटमळत

अखेरपर्यंत त्या आकृतींतच अडकून राहिले. केवळ मेल्यावरच मुक्त झाले. पण त्यांच्या त्या बद्धतेचे कायमचे प्रतीक म्हणजे अश्वत्थामा. त्याच्या मृत्युहीनतेला तोडच नाही.

या मृत्यूच्या अवाढव्य अशा चकव्यूहाचा प्रणेता वीरनायक अर्जुन आणि त्याचा गुरू कृष्ण. आणि अर्जुनालाच सर्वांत आधी त्याच्या प्रतिक्रियेची झळ लागते. पोक्त अर्जुन कर्णाचे अजिंक्य बल पाहून कासावीस होतो. सर्वच पांडव कासावीस होतात. पण त्या वेळी साऱ्यांच्या टीकेचा मारा एकट्या अर्जुनालाच सहन करावा लागतो. आणि इथून पांडवांच्या अंतर्गत क्षोभाचे नवे नाट्य खुल्या आविष्कारात प्रकट होते. अर्जुनाचे उरलेसुरले देवपुत्रत्वही व्यास आरपार फाडून टाकतो. त्याला क्षुद्र माणूस बनवतो. युद्धातल्या अनीतिमय धोरणाचा उबगही पहिल्याने त्यालाच आला आणि इथूनच भावाभावांतला संघर्ष उद्भवला. युधिष्ठिराने द्रोणाशी असत्य कर्म करावे याचा राग अर्जुनाला आला. पूर्वी वनात असताना भीमाशी संगनमत होऊन त्यानेही युधिष्ठिराला ठपका दिला होता. पण त्याच्याहून हा आरोप गंभीर होता. एरवी भीम युधिष्ठिराला टोचून बोलणाराच होता. पण इथे मात्र कौरवाचे वैर त्याच्या हाडीमांसी इतके मुरले होते की त्यांच्या बाबतीत जे केले ते थोडेच अशी त्याची वृत्ती बनली होती. तेव्हा त्याने युधिष्ठिराची बाजू उचलून धरली आणि अर्जुनाला द्यूताचे व द्रौपदीच्या विटंबनेचे स्मरण दिले.

कर्णाचा पराक्रम वाढत होता. त्याच्या भयाने पांडव त्रस्त झाले होते. त्या वेळी भीमाने अर्जुनाला ''तू आमच्या जखमेवर मीठ कां चोळतोस? तुला कळत नाही, भयाने आम्ही किती गांगरून गेलो आहोत ते?'' असे म्हणावे यात काहीच नवल नाही. पण एवढ्यावरच हे प्रकरण थांबत नाही. सात्यकीदेखील धृष्टद्युम्नाला ''द्रोण हा ब्राह्मण. त्याचा तू कपटाने जीव कसा घेतलास?'' असे म्हणतो, आणि अर्जुनाच्या आक्षेपाला उचलून धरतो. त्यावर धृष्टद्युम्न सात्यकीला ''भूरिश्रवा यज्ञकर्मात मग्न असता, जायबंदी झालेला असताना तू त्याचा वध कसा केलास?'' असे विचारतो. धृष्टद्युम्न व सात्यकी यांचा मारामारी सुरू होते. भीम व सहदेव त्यांना दूर करतात.

ही विषादाची ठिणगी पेटतच राहते. परंतु पांडवांचे एकमेकांवरचे प्रेम या भेदांहून फार मोठे असल्याने आणि कृष्णासारखा सखा सदासर्वदा त्या कुटुंबाचे ऐक्य अभंग राहावे अशी खटपट करीत असल्यानेच या कुटुंबाच्या स्वास्थ्याला तडा गेला नाही. आणि त्यातही युधिष्ठिराचे सुजाण तत्त्वज्ञानाचे भान कधी नष्ट झाले नाही. त्याने कुठेही अभिमान आड येऊ दिला नाही. म्हणून युधिष्ठिर आणि अर्जुन अखेरपर्यंत एकत्र राहिले.

अर्जुनाचे प्रथमवयातले परीकथेतले भडक व्यक्तिमत्त्व व्यासाने मोठ्या खुबीने या उत्तरभागात खोडून टाकले आहे. किंबहुना, कृष्ण व अर्जुन यांची गीतेच्या वेळची आदर्श दैवत-भक्त ही भूमिकादेखील त्याने पार पुसून टाकली आहे. शिळी रांगोळी पुसून टाकावी तशी. युद्धानंतर अश्वमेधयज्ञ झाला त्या वेळी अर्जुनाने अनेक राजांना जिंकून पुष्कळ द्रव्य मिळवून आणले. या वेळी ''युद्धात कुणाही राजाला मारायचे नाही, केवळ जिंकून सोडून

द्यायचे,'' ही युधिष्ठिराची आज्ञा त्याने तंतोतंत पाळली. पण बभ्रुवाहनाने आपल्या पित्याला राज्य अर्पण करायचे ठरवले, ते अर्जुनाला अपमानास्पद वाटले. ''न जिंकलेले राज्य मी घेत नाही'' असे म्हणून त्याने बभ्रुवाहनाला युद्धाला आव्हान दिले. दोघेही बापलेक घायाळ होऊन पडले. शेवटी उलूपींच्या संजीवनविद्येने अर्जुन उठला. इथे त्याची जयिष्णु वृत्तीही व्यासाने कशीबशी धकवून ठेवली आहे. पण ह्या वीरतेच्या तंतूची व अर्जुनाच्या जिज्ञासूवृत्तीची अखेर अत्यंत विदारकपणे व्यासाने केली आहे. अश्वमेधयज्ञाच्या वेळी सभेत कृष्ण व अर्जुन जवळजवळ बसले होते. त्या वेळी कृष्णाला अर्जुन म्हणाला, ''कृष्णा, तू मला गीता सांगितलीस खरी, पण माझे मन ठिकाणी नसल्याने मला ती कळली नाही; आणि जे कळले ते मी सारे विसरलो आहे, तर आता पुन्हा सारे सांग पाहू.''

हे ऐकून कृष्ण नाराज झाला आणि रागावून म्हणाला, ''मी तुला इतके जीव तोडून सांगितले ते विसरलास, हे काही तुला शोभत नाही. पण तुला काय सांगितले हे मलादेखील आठवत नाही. तरीदेखील तुला काही हवेच तर एक गोष्ट आठवली आहे ती सांगतो. बघ, तुला त्यात काय सापडते ते.'' अनुगीतेची ही प्रस्तावना अत्यंत बोलकी आहे. अतिरिक्त, अनाठायी तत्त्वज्ञानाची शोकांतिका अशी अन्यत्र सापडत नाही. माणूस बुद्धिवान आहे. भावनामय आहे. जीवनानुभव घेणारा आहे. सत्याची त्याला अपार तहान आहे. सुखाची सुखमयता कशात आहे, ही जिज्ञासा त्याला आहे. दुःखाचे मूळ शोधून ते अमृतत्वाला भिडते की काय, ते त्याला पाहायचे आहे. अनंत कालात त्याला आपले मूळ दिसते. सनातन मानवतेशी जीव संबद्ध आहे, ही जाणीव त्याच्यात जागृत आहे. आणि तरीही या साऱ्यांचे समर्पक उत्तर मिळणे त्याला कठीण होऊन बसते. सर्वंकष सत्याला तो हात घालतो. पण त्याच्या हाती सत्याचा अवघा एक कण लागतो. तेच त्याचे तत्त्वज्ञान. प्रत्येकाचे तत्त्वज्ञान केवळ त्याच्या त्याच्या मनाच्या आकाराएवढेच असते. मनाच्या रूपरंगाप्रमाणेच ते जन्मते आणि तेवढेच टिकते. अतिरिक्त वाहून, धुपून जाते. हेच अर्जुन शिकला काय?

परीकथेच्या वलयात अर्जुन प्रमुख असला तरी त्याला टेकू होता भीमाचा. भीम या दुय्यम दर्जाच्या परिकथेचा नायक आहे. दोन एकाच ठशाच्या व्यक्तिरेखा व्यासाने एकत्र कां आणल्या, असा भ्रम सकृद्दर्शनी व्हावा इतके त्यांचे पराक्रमाचे क्षेत्र सारखे आहे. पण व्यासाची प्रतिभा विराट असली तरी उधळमाधळ करणारी नाही. हजारो माणसांच्या व्यवहाराचे दिग्दर्शन त्याने केले तरी तंतोतंत सारखी माणसे त्याने निर्माण केली नाहीत. सारखे ठसेही घेतले नाहीत, की अनाहूत पात्राला प्रवेश करायला अंगुळभर जागा मोकळी ठेवली नाही. जेव्हा भीमार्जुनांसारख्या समान व्यवहारी व्यक्तींना तो दिग्दर्शित करतो, तेव्हा त्याला कथानकाची एकात्मता एक तर अभंग ठेवायची असते, आणि पात्रापात्रांतल्या साधर्म्य-वैधर्म्याचे रंग विरोधी छटांत दाखवताना त्या एकमेकांत मिळून गेलेल्या

दाखवायच्या असतात. कथानकाची गती, कथानकातली उत्कंठा निर्माण करण्याची शक्ती यामुळे साधते. पात्रे एकमेकांवर रेलल्यामुळे होणारा आकृतिबंध भीमार्जुनांच्या जोडकरणीतून व व्यक्तिरेखांतून व्यासाने निर्माण केलेला आहे. आणि तरीही भीमाचे व्यक्तिमत्त्व त्याने अलग ठेवले आहे. बालपणचा भीम स्वतंत्र आहे, पण युवावस्थेतला भीम अर्जुनाचा टेकू झाला आहे. या दोन अवस्थांमधला सांधा व्यासाने भीमाच्या व अर्जुनाच्या मूळ स्वभावांतल्या फरकात साधून घेतलेला आहे. भीम हा मूळचाच उग्र आणि आवेगी. त्याच्या उलट अर्जुन शांत. दोघेही प्रेमळ; पण भीमाच्या प्रेमाला चढउतार अधिक. दोघेही काहीतरी करण्यात, शोधण्यात गुंग. आणि त्यातूनच त्यांच्या वीरवृत्तीची समान गुंफण वनवासापासून तो जवळजवळ युद्धाला तोंड लागेपर्यंत झालेली आहे. पण युद्ध मध्यावर आले आणि अर्जुन व भीम यांच्या मानसिक प्रतिक्रियांनी वेगळे स्वरूप घेतले. मुळातच भीम हा जे करील ते अगदी शेवटच्या तंतूपर्यंत. भीमाने नाश केला तोही अत्यंत विध्वंसी स्वरूपाचा आणि विकट असा. राखून काही करणे त्याला जमतच नसे. लहानपणापासून आपण दु:खच भोगले याची खंत भीमाला सर्व भावांत अधिक वाटे. इतकी, की त्याला नको हे जगणे असे वाटे. अर्जुनाला तसे कधी वाटले नाही. चालू काळ वाईट असला तरी भावी काळ आपल्या पराक्रमाच्या बळावर आपण मनासारखा घडवू, हे त्याचे उद्दिष्ट. आपल्यासारखा धनुर्धर दुसरा कुणी असू नये याबद्दल त्याने सर्वथैव दक्षता घेतली. दक्षता हा भीमाचा गुणच नव्हता. तो कमालीचा प्राकृत होता. अर्जुनाची संस्कारिता त्याला लाभली नाही. आणि म्हणूनच द्यूताच्या वेळी, आणि कीचकाने द्रौपदीला विराटाच्या सभेत लाथ मारली त्या वेळी, त्याला आपला क्षोभ इतरांप्रमाणे आवरता आला नाही. त्या वेळी त्याच्याजवळ भावांच्या सावधपणाचे कडे नसते तर अज्ञातवास सफल झालाच नसता.

परीकथेतल्या अर्जुनाचा परावर्तित अवतार भीम-अर्जुनांच्या अनुपस्थितीत झालेला आहे. त्याचे सर्वांत उत्तम उदाहरण गंधमादन पर्वतावरच्या पंचरंगी सुंदर फुलांच्या प्रसंगातले. अर्जुन दिव्य अस्त्रांची प्राप्ती करून घ्यायला निघून गेलेला आहे. आणि त्याचे भाऊ व द्रौपदी तीर्थक्षेत्रे तुडवीत त्याला धुंडाळीत हिंडताहेत. त्यांना वाटेत गंधमादन पर्वत लागतो. गंधमादन पर्वत फुलांनी भरलेला. सदा सुगंधाने दरवळलेला. वासंतिक शोभेने उत्फुल्ल झालेला. ती दिव्य पुष्पशोभा केवळ अमानुषांच्याच भोगविलासासाठी निर्माण झालेली. माणसाच्या पावलाने ती भूमी कधीही स्पर्शिलेली नसते. यक्षराक्षसांचे पंचप्राण त्या सुंदर फुलांत गुंतलेले. अशा त्या फुलांवर सुंदर नायिकेची दृष्टी जावी आणि तिने त्यांची मागणी करावी यात नवल ते काय? त्यातही द्रौपदी अगोदरच चालण्याच्या श्रमाने गळलेली असते. घटोत्कचाला बोलावून भीमाने तिला वाहून न्यायची आज्ञाही केलेली असते. द्रौपदी अर्जुनाच्या विरहाने बावरलेली आहे. मनात शोकाने तडफडते आहे. पण तरीही ही फुले पाहताच तिचे रमणीमन उल्हसित झाले. तिची विलासवृत्ती परतून आली. विरहिणीचे रूपांतर संगमोत्सुक नायिकेत झाले. आणि द्रौपदी भीमाकडे वळली. अर्जुन

असता तर ती त्याच्याकडेच वळती. ती भीमाला म्हणाली, ''अर्जुन केवढा धनुर्धर. तो असता तर यक्षांशी लढून ही फुले त्याने आणून मला दिली असती. तुझेही बाहुबळ त्याच्यासारखेच आहे. तू नाही देणार ती फुले मला?'' एवढे आवाहन आणि आव्हान असल्यावर कुठला नायक नायिकेसाठी कुठले दिव्य करणार नाही? आणि त्या नायकाला यश आले नाही असे कधी झाले आहे?

परीकथेतले अर्जुनाच्या नायकत्वाचे हे प्रतिबिंब व्यासाने युद्धाच्या भयानक पार्श्वभूमीवर विसर्जन करताकरतानाही साम्याचा कळस गाठून केले आहे. अभिमन्यूचा मृत्यू झाला आणि अर्जुन पेटला. शोकाने आणि संतापाने. त्याच्या नियतीत सारेच पांडव समभागी होते. कारण पुढेही अश्वत्थाम्याने द्रौपदीचे सारे मुलगे मारून सर्व पांडवांना सारखेच दुःखी केले. परंतु घटोत्कचाचा वध कर्णाकडून झाला तो प्रसंग विशेष नाट्यमय आहे. अभिमन्यूच्या वधापेक्षाही अधिक करुण आहे. कारण त्यात एक नाजूक भावनेचा धागा व्यासाने जोडलेला आहे, आणि हा नाजूक भाव घटोत्कचाशी नव्हे, तर अश्वत्थाम्याशी व्यासाने संलग्न ठेवलेला आहे. घटोत्कच अश्वत्थाम्याशी लढायला आला त्या वेळी अश्वत्थामा त्याला म्हणाला, ''बाळ, तुझ्याशी माझे मुळीच वैर नाही रे! माझ्याशी लढू नको. जा, आपल्या बापाकडे जा.'' पण अश्वत्थाम्याने त्याच्या मुलाला मारले असल्याने घटोत्कचा संताप शिगेला पोचला होता. बापाप्रमाणेच तो अश्वत्थाम्यावर चवताळून तुटून पडला. आणि मग अश्वत्थाम्यानेही त्याचे आव्हान स्वीकारले.

अर्जुनाचा मुलगा मेला, मग भीमाचा मुलगा मरायलाच हवा. जे भाग्य नायकाचे तेच प्रतिनायकाचे. समांतर घटना हवीच हवी. व्यासाने भीमाच्या परीकथेतल्या नाट्यभूमिकेची एवढीच दखल घेतली. पण भीमाच्या नायकपणाची कहाणी परंपरेने फारच मजेने जतन करून ठेवली आहे. भारतीय परंपरेने कृष्णकथेइतकाच ऐसपैस अवसर भीमाच्या कथांना दिलेला आहे. दोहोतही विनोद आहे. कृष्णाच्या चोऱ्या आणि खोड्या विनोदाचा विषय, तर भीमाचे व्यंगही परपरेत अती गोड विनोद निर्माण करते. भीमाच्या खादाडपणाचा उल्लेख अती क्रूरपणे कर्ण करतो. युधिष्ठिरही भीम मेला तेव्हा ''खादाडपणामुळे तो जिवंतपणी स्वर्गात जाऊ शकला नाही'' असे निदान करतो. पण भीमाच्या खादाडपणाचे, आडदांडपणाचे, त्याच्या अचाट शक्तीचे उदंड कौतुक भारतभरच्या लोककथांनी केले आहे. भीमाचा भाबडेपणा आणि अखेर त्याचा जय हे लोककथातल्या मूर्ख विधवापुत्राला मिळालेल्या जयाचेच परिवर्तन आहे. हे बीज व्यासाने लक्षात येईल न येईलसे वापरले. अजून कुठेही जा, भीमाच्या कथा रानावनांना भिडलेल्या आहेत. पाचगणीला भीम रांधीत होता ते अवाढव्य चुलखंड दिसते, तर ठाण्याच्या सूर्या नदीला भीमाने घातलेला अपुरा बांध दिसतो." कुठेकुठे शालवृक्ष फुलले म्हणजे आदिवासी सांगतात की भीमाने हे पूर्वी कानात तुऱ्यासारखे खोवले होते म्हणून. भीमाला राजकन्या हवी होती, पण एका रात्रीत अचाट बांधकाम पुरे करायचे असा तिचा पण होता. कपटी देवता कोंबड्याचे रूप घेऊन

ओरडते आणि भोळा भीम निराश होतो. ही कथा भारतभर ठिकठिकाणी मोडक्या अवशेषांच्या, प्रचंड शिलाखंडांच्या, अपुऱ्या लेण्यांच्या संदर्भात सांगितली जाते. प्राचीन भारतीय वाङ्मयाला विनोदाचे वावडे आहे. पण परंपरेने विनोदाची निर्मिती वाया दवडली नाही. भीमाचे हे यश अर्जुनाच्या वाट्याला आले नाही. लोककथांत पांडवकथांचा नायक बहुधा भीमच असतो.

परीकथेच्या वातावरणात चपखल बसलेला भीम युद्धानंतर जरा अर्जुनापासून वेगळा झाला तरी अर्जुनासारखी जागृती त्याला येत नाही. वास्तवाचा धक्का त्याला बसत नाही. मृतप्राय दुर्योधनाला तो सरळ लाथ मारतो; एवढेच काय, पण पुढे मुलांच्या श्राद्धासाठी म्हातारा धृतराष्ट्र जेव्हा युधिष्ठिराकडे द्रव्याची याचना करतो, तेव्हाही भीम त्याला कवडीदेखील द्यायची नाही, असे म्हणतो. कौरवांबद्दलचे त्याचे वैर कधीच शमले नाही. या वैराबद्दल त्याला कधी अनुतापही झालेला नाही.

अर्जुनामध्ये प्रतिक्रियेचे भान आहे. अर्जुन पराक्रमाने स्फुरतो, पण चुकीच्या जाणिवेने शरमिंदाही होतो. हेच भीमाजवळ नाही. आणि म्हणूनच त्याने जे केले त्याचे स्वतंत्र मोल होत नाही. परंपरेने त्याला बहाल केलेले सारे श्रेय लक्षात घेतले तरी भीम हा जीवनाचा सूक्ष्म अनुभव घेऊ शकत नाही. अर्जुनाप्रमाणे तो भावजीवी नाही. अर्जुनाचे मूढत्व आणि भीमाचे ढोबळपण यांची तुलनाच करता येणार नाही. कारण अर्जुनाची संवेदनक्षमता फार तरल होती, आणि म्हणूनच भावुकपणाच्या बळावर, काही काळ का होईना, पण तो गीतेच्या तत्त्वज्ञानाच्या मोहिनीत गुंगू शकला.

७ | मुक्त पथिक

पांडवांपैकी कुंतीचे तीन मुलगेच काय ते खरे मोठे. धाकटे दोघे माद्रीचे मुलगे जरा थिटेच आहेत. खरे पाहिले तर त्यांना स्वत:ची व्यक्तिरेखाच नाही. नकुल हा फार सुंदर होता म्हणे. एवढीच काय ती त्याची आठवण राहिली. कृष्ण, अर्जुन, कर्ण-सारेच सुंदर होते. तरी त्यांच्यात सौंदर्याहून आणखी काहीतरी खूप होते. पण ज्याच्यात स्वत:चे उत्कट व्यक्तिमत्त्व असे काहीच नाही आणि देहाचे सौंदर्य मात्र अद्वितीय असे आहे, असा प्राचीन भारतातला संस्मरणीय पुरुष नकुलच. महाभारतात सहदेवाचा उल्लेख तर त्याहून विपरीत असा आहे.

अज्ञातवासात असताना सहदेवाने ज्योतिषी पंडिताची भूमिका घेतली होती, या भूमिकेचा परंपरेने मात्र छान उपयोग करून घेतलेला आहे. महाराष्ट्रात काय, नाही तर छत्तीसगडच्या परिसरात काय, पोथी वाचणाऱ्या ब्राह्मणाचे नाव सहदेवच पडून गेले आहे. सहदेव-भाडळीच्या ज्योतिषाच्या प्रथेत त्याचे प्रत्यंतर येतेच. परंतु तीन कौंतेयाची सर यांना नाहीच. मग व्यासाने ही उसनी पात्रे कां घेतली? दुर्योधनाला टेकू दु:शासन होता. पण दु:शासनाला स्वत:चे व्यक्तिमत्त्व आहे. दुर्योधनात उणी पडलेली क्रौर्याची धार दु:शासनानेच सतत जोपासली. दु:शासन नसता तर शकुनीच्या द्यूताच्या अखेर ज्या भागात, द्रौपदीच्या वस्त्रहरणाच्या त्या अजोड प्रसंगात इतका प्रचंड आवेग आढळला नसता. युद्ध संपले तरीही त्या प्रसंगाची छाया ज्यांनी ज्यांनी तो प्रसंग पाहिला त्यांच्या मनावरून दूर झाली नाही. अर्जुनाचा टेकू भीम. याची भूमिकाही अशाच आकांतातून निर्माण झाली आहे. परंतु नकुलसहदेवांच्या वाट्याला असे कोणतेच प्रसंग आले नाहीत की त्यांच्यामुळे महाभारतातल्या नाट्याला उजाळा मिळावा. परतु तरीही ही पात्रे अनाठायी नाहीत. अगदी खोलात जाऊन निरखून पाहिले तर हे अबोल, स्तब्ध उभे राहिलेले दोन पांडव कमानीचे दोन आधारस्तंभ असावेत तसे वाटतात. देवाच्या दारी प्रचंड पहारेकरी असावेत तसे ते आहेत. मुके पण जागरूक. पराक्रमी पण संयत. आज्ञेला बांधलेले.

स्वतःच्या कर्तृत्वाला स्वयंप्रेरणेचे कुंपण घालून घेणार. या दोघांच्या सहानुभूतीचे, साहाय्याचे कडे पहिल्या तीन पांडवांच्या भोवती सतत होते. चित्राच्या पार्श्वभूमीला जे कलात्मक मोल तेच या दोघांच्या अस्तित्वाला आहे. त्यांचा निरंगीपणा तीन कौंतेयांच्या रंगदार व्यक्तिमत्त्वाला पोषक आहे. म्हणूनच त्यांचे अस्तित्व रिते नाही. हे दोघे आहेत म्हणूनच कुंतीचे मातृत्व उंचावले आहे. ते सुकुमार आहेत. ते कुंतीवर अवलंबून राहणारे आहेत. तिला सुखविणारे आहेत. त्यांच्यात लालित्य आहे. पांढऱ्या रंगाचा स्वच्छ नितळपणा त्यांच्यात आहे. उच्छृंखलपणाचा-पूर्ण अभाव त्यांच्यात असल्यामुळेच कुंतीतले व त्यांच्यातले प्रेमबंधन दृढ असल्याचे व्यासाला दाखवता आले. सावत्रपणाचा संपूर्ण अभाव दाखवायचा, निःपक्षपाती, सफल वात्सल्य दाखवायचे तर सावत्र आईला असली गरीब, सालस मुलेच असली पाहिजेत. हे दोघे आहेत म्हणून कुंतीचे कर्णाच्या बाबतीतले वैगुण्य हीन पातळींला येऊन पोचत नाही. किंबहुना, कर्णजन्माच्या लांछनाला छेद देण्यासाठीच जणू यांचा जन्म आणि त्यांच्या आईचा मृत्यू आणि त्यांची कौंतेयांबद्दलची निष्ठा व्यासाने उपयोगात आणलेली आहे. दुःशासन होता म्हणूनच दुर्योधनाच्या खलत्वाचा काळा रंग त्याच्या मृत्यूच्या प्रसंगी पुसून टाकून त्याला करुणेचा निळसर रंग व्यासाला देता आला. दुर्योधनाचे खलत्व आपल्याभोवती संपूर्ण लपेटून घेऊन दुःशासन एकटा मेला. कर्ण त्यातून सुटला. शकुनीदेखील पाऱ्यासारखा सुटला. पण त्या साऱ्यांच्या बोलण्यावागण्यातला सारा अंगार दुःशासनाभोवतीच घुटमळला. त्याची दुष्टाव्याच्या पापातून मुक्तता झाली नाही. नकुल-सहदेव यांची भूमिका याच्या अगदी विरुद्ध. त्यांचे निरंगी शीतळ व्यक्तिमत्त्व, पांडवांच्या यशाचे, त्यांच्या गुणवत्तेचे, नकळत जतन करीत असते. कुंतीचे दुसरे क्रियाशील आणि सुखकर असे रूप घेऊन जणू ते दोघे वावरत होते. हे आहेंत म्हणूनच कौंतेयांच्या व्यक्तिमत्त्वाचा कोरेपणा कायम राहतो.

ज्या वेळी तीन कौंतेयांत बोलाचाली होते, तेव्हाही हे दोघे अलिप्तच राहतात. पांडव किती भांडले तरी अंतर्यामी एकच आहेत, याचे प्रतीक म्हणून तर व्यासाने या दोघांना हे अभिनव मुकेपण दिले नाही?

तीन कौंतेयांचेही तीन रंग आहेत. या तिघांत युधिष्ठिराचे व्यक्तिमत्त्व सर्वांत नेटके व उमदे आहे. अर्जुनाला नायक करूनही व्यासाने त्याची व्यक्तिरेखा किंचित अस्पष्ट ठेवली; तिच्यावर परीकथेच्या पारंपरिक रंगांची पुटे चढवली. परंतु खरी व्यक्ती त्याने रंगवली ती युधिष्ठिराचीच. उत्तम धनुर्धर काढला की अर्जुनाचे बाह्य चित्र पूर्ण होते. पण असे कोणतेच प्रतीक युधिष्ठिराला लागू पडत नाही, भीम-अर्जुन टोचून बोलताना त्याला 'ब्राह्मण' म्हणत. पण ब्राह्मण हे युधिष्ठिराचे खरे प्रतीक नव्हे. त्याचे बिरुदही नव्हे. मग युधिष्ठिर खरोखर कोण होता? तो ब्राह्मणाहून अधिक ब्राह्मण होता. क्षत्रियाहून निराळा क्षत्रिय होता. त्याची आणि विदेही जनकाची जातकुळी एक होती. त्याची आणि गौतम बुद्धाची जातकुळी एक होती. युधिष्ठिर हा जनक आणि बुद्ध यांच्यातला परंपरेने निर्माण केलेला

सांधा आहे. बुद्धाच्या नीतितत्त्वांची खुमारी युधिष्ठिराची वचने लक्षात घेतल्यास आपल्याला अधिक चांगली कळते.

युधिष्ठिर हा ज्येष्ठ पांडव. त्याच्या ज्येष्ठत्वातच व्यासाने छायाप्रकाशाचा खेळ मोठ्या गमतीने रंगवला आहे. हा मोठा भाऊ म्होरक्या असतो तो याच अर्थाने की त्याच्या वचनात त्याचे भाऊ असतात. पण जिथे क्रिया आली तिथे हा आपला छायेत जातो आणि भावांकडून त्या क्रियेची फलश्रुती झालेली पाहतो. स्वत: हा कधीच पुढे झाला नाही. पण क्रिया ओसंडली आणि तिच्याभोवतीचे उन्मादाचे अवसान जिरले, की एक प्रकारची शून्य पोकळी निर्माण होतेच. तशी पोकळी निर्माण झाली, की तिच्यात फिरून चैतन्य ओतून, नवनूतन क्रियेचे बीज पेरून, आपल्या प्रत्येक भावाच्या कर्तृत्वाला पूर्णत्व आणू पाहाणारा फक्त युधिष्ठिरच. कारण युधिष्ठिराला तहान लागलेली होती ती पूर्णत्वाची. अपूर्णतेची त्याची जाणीवही त्यामुळे इतरांपेक्षा अधिक प्रगल्भ व धारदार होती. प्रत्येक भावाच्या क्रियेमागे युधिष्ठिर हा सदा आहेच. कधी तो क्रियेला प्रोत्साहक, तर कधी विरोधीही असतो. पांडवांमधला संघर्ष व त्यांच्यातला एकोपा हा युधिष्ठिरामुळेच फार वैशिष्ट्यपूर्ण असा झाला आहे. चिंतनशीलतेने क्रियाशीलतेला दिलेले मुके पण जबरदस्त आव्हान युधिष्ठिरातच मला दिसते.

लहानपणीच बापाच्या मृत्यूमुळे डोक्यावर मोठा भार पडलेला हा मुलगा. लहान भावांचा जणू वत्सल पिताच तो असतो. स्वभावत:च अती मृदू व खंतखोर असा तो असतो. कौरवांच्या बाळपणच्या आततायी वागणुकीशी मुकाबला करायला बलाने तो समर्थ नव्हता असे नाही. पण मुळातच हमरीतुमरीचे आणि त्याचे वाकडे. अजातशत्रुत्व त्याच्या अंगोपांगी भिनलेले. पण तरीही त्याचा जन्म शत्रुत्वाशी झगडण्यात गेला. बालवयात जे कष्ट पडले त्यांमुळे भीम आणि अर्जुन गांजले; पण या गांजणुकीतून युधिष्ठिराचे मन मात्र एक नित्य नवे पोषण घेत गेले. बाळपणी भीम कौरवांच्या खोड्या करून आपले वर्चस्व राखायचा प्रयत्न करी, त्याला युधिष्ठिराने अडवले नाही. प्रहार, प्रतिप्रहार, विषप्रयोग यांच्यामुळे भीमाचे स्फुरण वाढले. आत्मविश्वास वाढला. पण कडवटपणाही वाढला. अर्जुनाचा आत्मविश्वासही आपण अजोड धनुर्धर व्हावे या ईर्ष्येने प्रज्वलित केला.

युधिष्ठिराला मात्र असल्या साधनांची आवश्यकता भासली नाही. त्याच्या अंतर्मुखतेने त्याला सर्व तऱ्हेच्या अहंकारापासून मुक्त ठेवले. जितका उत्कट भीमाचा आवेग आणि कडवटपणा, जितकी उत्कट अर्जुनाची ईर्ष्या, तितकीच उत्कट युधिष्ठिराची चिंतनातील तन्मयता. स्वत:ची तत्त्वे वारंवार कसोटीवर घासून पाहण्यासारखे प्रसंग त्याच्यावर बाळपणापासून इतके काही आले, की या कसोट्यांचा त्याला सराव झाला. पुढेपुढे या सरावातही कौशल्य आले. आणि अखेर युद्धप्रसगी कौशल्याचे तंत्र गेले, कसोट्यांचे मूल्य हरवले, तेव्हा याच्या भावना बोथटल्या नाहीत,-जशा भीष्माच्या बोथटल्या. दु:खाचे

वरदान मागणाऱ्या कुंतीच्या या मुलाने आपल्या मनाने हळवेपण मोडू दिले नाही. आदर्शाला तो सतत पूजीत राहिला. पण आदर्शाचे त्याने जड दैवत केले नाही. करडा संयम आणि अनिवार हळुवारपणा, जागृतीचे व्यवस्थित भान आणि अजोड स्वप्नाळू वृत्ती यांचा सुंदर समन्वय युधिष्ठिरात आहे. किंबहुना, त्याच्यात माणसाच्या सर्वसाधारण गुणांचाही इतक्या विलक्षण तऱ्हेने समन्वय झालेला आहे, आणि त्या गुणांचा परिपाक इतक्या दोषांनी भरलेला आहे, की इतर कोणत्याही पांडवापेक्षा युधिष्ठिर अती ढोबळपणे दोषी असा दिसावा. जुगारी, बायकोलाही पणाला लावण्याइतका नादान जुगारी, अपमानाचा सूड घेण्याचे सोडून मेंगळट तत्त्वज्ञान उराशी धरणारा मूढ क्षत्रिय, स्वतःच्या पत्नीची राजद्वारी झालेली विटंबना दोनदा सहन करणारा सत्त्वहीन पती, कृतघ्न व असत्य शिष्य-यांहून आणखी कुठले न्यून कुणा पुरुषाच्या कपाळी महाभारतात आले आहे?

मग या माणसाच्या चिंतनशीलतेचे मोल काय? त्याच्या तोंडचे तत्त्वज्ञान ही केवळ भुलावण तर नव्हे? त्याने ही स्वतःची आणि इतरांचीही फसवणूकच केली आहे की काय यालाच स्वर्गद्वार खुले राहिले यात व्यासानेही अनेक तत्त्वांशी, मूल्यांशी तडजोड केली आहे की काय? असे एक का दोन, अनेक प्रश्न युधिष्ठिराच्याच बाबतीत संभवतात. दुसऱ्या कौंतेयातले दुभंग स्पष्ट दिसतात. पण याच्या व्यक्तिमत्त्वाला तडेच तडे गेलेले दिसतात. तथापि नेमकी हीच विरोधात्मक जुळणी करून, व्यासाने विसंगतीतूनही अत्यंत जिवंत व कलापूर्ण व्यक्तिरेखा निर्माण केली आहे. गोरापान. उंच. स्नायू कसे जागच्या जागी असलेला. विशाल वक्षःस्थल, खूप खूप वेदना आत साठवणारे. श्वासागणिक वेदना आत ओढून घेण्याचे कसब युधिष्ठिरालाच साध्य आहे. खूप खूप काळपर्यंत, श्वास कोंडेपर्यंत. त्या वेदनांचा दाब इतर सर्व अंतर्भावनांशी व संवेदनांशी तोलून पाहण्याचे जणू वेडच त्याला आहे. आपल्या भरदार छातीत त्याने प्रहारमय जयिष्णुतेचे क्षात्रबल वाढू दिले. पण प्रमाणातच. या प्रमाणाच्या भानामुळेच त्याला स्वतःला अनेक वेळा गुदमरण्याचे प्रसंग आले. इतरांना तर त्यामुळे नको जन्म असेही झाले.

पण युधिष्ठिराने स्वतःचा जो असा कोंडमारा केला, तो अनाठायी नव्हता. त्याला स्वतःलाही अज्ञात असलेल्या एका महत्तर जगाची ओढ त्याच्या नसानसांत भरलेली होती. डोळ्यांना ते दिसत नव्हते; बुद्धीला ते कळत नव्हते; इंद्रियांना ते भासत नव्हते; असे ते दूरवरचे श्रेय त्याला आतून चाळवीत होते. संभ्रमित करीत होते. स्फुरण देत होते. हे श्रेय काय हे युधिष्ठिरालाही अखेरपर्यंत सांगता आलेले नाही. युधिष्ठिराला जन्मभर त्या श्रेयाच्या शोधात राहावे लागले. अनामिक मार्गाचा पथिक व्हावे लागले.

त्याला ते श्रेय मिळते न मिळते तोच स्वर्गाचे दार सताड उघडते. युधिष्ठिर त्यात शिरतो व दार मिटते. हे श्रेय मिळतेवेळी युधिष्ठिर जगाला पाठमोरा असतो. आणि स्वर्गाचे दारच आपल्या सामोरे असते. त्या महाविशाल द्वारात हा एवढासा जीव एका कुत्र्याच्या संगतीसोबतीत प्रवेश करतो. जन्मभर जनांत असूनही युधिष्ठिर एकाकीच राहिला.

अजातशत्रू असला तरी त्याचे अंतर्याम अज्ञाताच्या त्या दुर्दम्य प्रेरणेने एकांतपूर्णच राहिले. त्याचे एकाकीपण दुबळे नसले तरी अभंग होते. पण स्वर्गाच्या महाद्वारात जाता जाता कुत्र्याच्या संगतीच्या अट्टहासातच त्याचे श्रेय त्याला मिळाले. आणि जन्मभर जगापुढे खाली मान घालून वावरलेला, सर्व आरोप शांतपणे गिळणारा, हा निरहंकारी पांडव प्रथमच मान ताठ करून अनंताच्या कवेत शिरला. कुत्र्याच्या निष्ठेइतकी आपली निष्ठा अढळ आहे आणि असावी याची जाणीव सदैव जिवंत राहावी, एवढाच अंधुक आदेश या अमर माणसाने मर्त्य माणसाला देऊन ठेवलेला आहे.

युधिष्ठिराच्या या अखेरच्या अंतर्धानातच त्याच्या अस्तित्वाचे रहस्य दडले आहे. सदेह स्वर्गप्राप्ती हे एका विशिष्ट मृत्युहीनतेचे प्रतीक आहे. मरून जी सुखे कौरव स्वर्गात भोगते झाले, तीच त्याच देहाने भोगणे हे केवळ गौरवाचे लेणे आहे. ढोबळ मानचिन्ह आहे. पण या ढोबळपणाखाली माणुसकीला सतत बिलगून राहणाऱ्या सुखमय, लीन अशा लहानशा चिरअस्तित्वाचे नाट्य व्यासाने सूचित करून सोडून दिले आहे. मृत्युहीनता हे युधिष्ठिराला मिळालेले वरदान आहे असे मला वाटत नाही. वरदान असते तर ते इतके ढोबळ राहिले नसते. व्यासाने मृत्यूची अनेक सुंदर-असुंदर चित्रे रंगविली आहेत. कृष्णाची अवतारसमाप्ती त्याने थोडक्यात सांगून टाकली. पांडवांची मरणेही अती त्रुटितपणे व न्यायनिष्ठुर भाष्यासकट कोरडेपणाने सागितली. अपराधी, लाचार धृतराष्ट्राचे मरण तपस्येच्या आवरणात झाकून टाकले, कर्णाच्या मुलाला हिमालयाची भव्यता आणली. उत्तरेचे मूल मृतावस्थेत जन्मलेले पाहून कुसकरलेल्या कळीच्या शोकांतिकेची गाढ पण नाजूक वेदना व उद्वेगही त्याने भरून ठेवला. युधिष्ठिराने युद्धात मरण उघड टाळले. दैवानेही त्याला अमर ठेवले. युधिष्ठिराचा मृत्यू झाला असता, तर एक अतिशय सुंदर मृत्युवलय व्यासाला सहज निर्माण करता आले असते. पण ते त्याने कां टाळले? आत्म्याच्या अमरत्वाचे व देहाच्या विनाशित्वाचे तत्वज्ञान या सूक्ष्म संवेदनेच्या पांडवाच्याच बाबतीत त्याने बाजूला कां टाकले? मला वाटते की, व्यासाच्या साऱ्या तत्त्वज्ञानाचे मोजमाप माणूसच होता. जीवनात माणसाचे मोठेपण तसेच मृत्यूच्या क्षणातही त्याच्या व्यक्तिमत्त्वाचे सारसर्वस्व भरलेले असते. व्यासाला अभिप्रेत असलेल्या हा मानदंडाचा माणूस सामान्य आकाराचा असतो. तो भित्रा असतो व नसतोही. तो क्रूर असतो आणि नसतोही. त्याच्या दुबळेपणात सौंदर्य असते. सामर्थ्यात कुरूपता असते. त्याच्या वाणीत तथ्य नसते. त्याच्या स्तब्धतेत अर्थ असतो. असा हा चुकणामाकणारा माणूसही स्वप्नाशिवाय जगू शकत नाही. ज्याच्या त्याच्या स्वप्नाप्रमाणे त्याची नियती आणि स्वप्न किती मोठे असले, सिद्धी कितीही अचाट असली, तरी सारी माणसे अखेर एकाच मोजमापात बसतात. मृत्यूचा शेवट अमरतेत, एवढे दाखवण्यासाठीच व्यासाने युधिष्ठिराला अमरपद दिले. त्याला इतरांपेक्षा श्रेष्ठ व मोठे होऊ दिले नाही. युधिष्ठिर मेला असता तर कारुण्याचे केवढे विशाल वलय त्याच्याभोवती पडले असते. करुणेने

भरलेले अर्घ्य मृत्यूच्या क्षणीच माणसाला मिळते. करुणेचा हा प्रसाद ज्या माणसाला मिळत नाही त्याच्या जीवनातच काहीतरी उणे राहून जाते. बाकीचे पांडव गेले, द्रौपदी गेली, त्या वेळी युधिष्ठिर शांत होता. अटळ अमरपदाच्या क्रौर्याचे भान त्याला आधीच झाले होते. साऱ्याच पांडवांना झाले होते. पण बाकीच्यांतले उणे त्यांना काढून टाकता आले नाही. सतत साधनेमुळे युधिष्ठिरच एकटा अव्यंग राहिला आणि अमरपदाच्या जाळ्यात अडकला. नरकाची हवा त्यानेच चाखली आणि तिच्यातून तो बाहेर पडला. रणांगणातून पळालेल्या या पार्थाला व्यासाने मृत्यूच्या रिंगणातून कायमचे पदच्युत केले आहे. त्याला नर्कवास अनुभवायला लावला आहे. त्याची थोरवी समग्र नष्ट केली आहे. कुत्रे नसते तर करुणेचा केवढा सागर युधिष्ठिराच्या हृदयात हेलावतो आहे याचे दर्शनही कुणाला झाले नसते.

युधिष्ठिराच्या अखेरगतीतील कोरडेपणा, आणि दुर्योधनाच्या मरणाचा प्रसंग आणि त्या वेळी युधिष्ठिराला आलेला दुःखाचा उमाळा यांतला विरोध व्यासाने कौशल्याने साधलेला आहे. या विरोधामुळेच युधिष्ठिर माणूस राहिला. चांगला माणूस, पण इतरांपैकीच एक-आणि कदाचित तितकाच अनामिक. त्यामुळेच आपण अर्जुन विसरतो, भीम विसरतो, पण युधिष्ठिर विसरू शकत नाही.

युधिष्ठिराला दुर्योधनाच्या मृत्यूच्या प्रसंगी जे दुःख झाले, त्याला भीमाचा जो उबग आला, त्या भावनेचे मर्म त्याची भूमिका प्रारंभापासून निरीक्षण केल्याशिवाय समजणार नाही. युधिष्ठिरातल्या अंतर्गत संघर्षाचेच ते चित्र आहे.

वनवासात द्रौपदी युधिष्ठिराला टाकून बोलली. भीम, अर्जुन हेदेखील त्यात सामील होतेच. युधिष्ठिर द्रौपदीला क्षमेचे महत्त्व काय ते सांगतो व तिला तात्पुरती निरुत्तर करतो. भावांना मात्र तो म्हणतो की, ''द्यूताच्या वेळी तुम्ही मला काही म्हटले नाहीत. मी जिंकलो असतो तर तुम्ही गप्प बसला असता. मी हरलो तेव्हा मात्र तुम्ही मला जुगारी, मूर्ख म्हणून हिणवता, हे बरे नाही. शिवाय, सध्या आपण अगदी दरिद्री आहोत. उठाव कशाच्या बळावर करणार? तोपर्यंत आपण सिद्धी मिळवू. अर्जुनाने पाशुपत-अस्त्र मिळवावे.''

या वेळी ''फार काळ एकत्र राहणे सुखाचे होत नाही. त्याने प्रेम उत्पन्न होण्याऐवजी घटते मात्र.'' हे व्यासाने पुटपुटले वचन युधिष्ठिराला तोडग्यासारखे वाटले. अत्यंत कौशल्याने त्याने अर्जुनाच्या पराक्रमाला वाट मोकळी केली. भीमावर द्रौपदीचा भार टाकला तो वनवास संपेपर्यंत आणि त्याला आत्मगौरवाचे सुख उपभोगू दिले. अर्जुनाचा विरह हे पांडवांच्या आशेला आणि प्रेमाला मिळालेले मोठेच संजीवन होते

मात्र कर्णाचा अचाट पराक्रम पाहून युधिष्ठिर अतिशय लज्जित आणि व्यथित झाला. त्याचा अर्जुनावरचा विश्वास उडाला. आपले क्षमेचे तत्त्वज्ञान तर तो विसरलाच, पण स्वतःवरचा त्याचा पार ताबा गेला. आणि या विकल अवस्थेत अर्जुनाला डिवचले तरच आपले रक्षण होईल, नाही तर नाही, हे मनात येऊन तो अर्जुनाला म्हणाला, ''कर्ण मेला

की बारा वर्षांचे शल्य गेले- कर्णाने भुतासारखे मला पछाडले आहे. जावे तिथे पुढे तो दिसतो. झोप नाही. द्रौपदीला उद्देशून तो जे बोलला त्यासाठी तू त्याचा वध कर. द्वैतवनात तू त्याला मारण्याची प्रतिज्ञा केलीस. भीम त्याला भितो. त्याला मारले नाहीस तर तुझे गांडीव, पराक्रम, बाण, रथ-इतकेच काय, पण तुझे सारे सारे जे आहे त्याचा धिक्कार असो.''

हे बोलणे अर्जुनाला लागले. कर्णाने युधिष्ठिराला अगोदरच म्हटले होते, ''तू ब्राह्म धर्मात प्रवीण आहेस. यज्ञकर्मात, स्वाध्यायात प्रवीण आहेस. वीरांशी दोन हात करू नको. जिकडे कृष्ण व अर्जुन असतील तिकडे जा.''

अर्जुनानेही त्याचीच 'री' ओढली. तो म्हणाला, ''कृष्णा, तुझ्यासमक्ष मी याचेच डोके उडवतो. याला मारले तरच प्रतिज्ञा पूर्ण होईल.''

त्यावर कृष्ण म्हणाला, ''असे प्राकृत बोलणे तुला शोभत नाही.'' तरीही अर्जुनाचा राग उतरेना. तो युधिष्ठिराकडे वळून म्हणाला, ''जो तू रणापासून कोसभर दूर असतोस, तो तू बोलू नकोस. भीम बोलतो, रागावतो, दोष देतो, ते ठीक. कारण तो मोठ्या योद्ध्यांशी लढतो. तो साहसाची कामे करतो. तू काहीच करू शकत नाहीत. भीम बोलला तर ते त्याला शोभते. मला ठपका द्यावा तर त्यानेच. तू बोलण्यात फर्डा आणि वागण्यात निष्ठुर आहेस. ब्राह्मणांचे बळ त्यांच्या तोंडात असते. असेच तुझे आहे. जसा काही मी दुबळा आहे असे मानून तू बोलतो आहेस. तू स्वत: पाप केलेस आणि आम्हांला निस्तरायला लावतो आहेस. तू द्यूत खेळलास हेच मुळीं पापाचे होते. तेच आता आम्हांला संकटात घालते आहे. तरी मी तुझे भलेच करीन. तू जुगारी. तुझ्यामुळे राज्याचा नाश झाला. आम्ही संकटात पडलो. आंता मला क्रूर बोलून दुखवू नको. माझा संताप अनावर होतो.''

''थोड्या वेळाने अर्जुनाला आपल्या बोलण्याचा पश्चात्ताप झाला. इतका, की तो कृष्णाला म्हणाला, ''माझ्या हातून फार मोठा अपराध घडला. मी आत्महत्या करतो.''

कृष्णाने चतुरपणे म्हटले, 'बंधुहत्येहून आत्महत्येचा अपराध मोठा आहे.''

फिरून अर्जुनाने भावाचा अपमान कधीही केला नाही. अश्वमेधाच्या अगोदर भावाभावांची बोलाचाली फिरून एकदा झाली, पण ती तात्त्विक प्रकारची होती.

अर्जुनाला पश्चात्ताप झाला आणि त्याने भावाची क्षमा मागितली. तेव्हा युधिष्ठिरही पश्चातापाने पोळून गेला होता. अत्यंत निर्मत्सर आणि मुळातच गरीब स्वभावाचा तो पांडव आता तर अत्यंत दीन होऊन म्हणाला, ''अर्जुना, मी केले ते चांगले नाही. तुम्ही सारे त्यामुळे संकटात पडला. म्हणून तू माझे डोके उडव. मी पापी आहे. वाईट व्यसनात बुडालो आहे. भित्रा आहे. मूर्ख आहे. मला कशाला अनुसरतोस? मी आताच वनात जातो. माझ्यावाचून तुमचे चांगले होईल. मी क्लीब आहे. भीम चांगला राजा आहे. मला आता लागट बोलणे सोसवत नाही रे! आणि तू बोललास तर मग राहिले काय? मला

आता जगावेसे वाटत नाही. जीवनाला अर्थच राहिला नाही.'' असे बोलून युधिष्ठिर अंथरुणातून उठून चालू लागला.

भीमाने द्यूतप्रसंगी त्याला ''तुझे हात तोडले पाहिजेत'' असे म्हटले होते, पण ते युधिष्ठिराने मनावर घेतले नव्हते. अर्जुनाचे बोलणे मात्र त्याच्या मनातून जाईना. युधिष्ठिराचे हे वागणे सर्वांनाच नवीन होते. त्या वेळी कृष्ण पुढे झाला आणि म्हणाला, ''तुम्ही दोघांनीही एकत्र राहावे हे बरे. अर्जुनाने तुझा अपमान केला, तो माझ्या नादी लागून. वडील माणसाचा अपमान हा वधासारखा आहे. मला क्षमा कर. मी सांगतो की कर्ण आज मरणार.''

कृष्णाने पायांवर लोळण घेतली. युधिष्ठिराला मागे फिरण्यावाचून आता काय गत्यंतर होते? तो मागे वळला आणि त्याने अर्जुनाला घट्ट मिठी मारून त्याचे मस्तक हुंगले. अर्जुन त्याच्या कुशीत शिरला.

दुर्योधन पडला त्या वेळी भीमाने त्याला लाथ मारली, हे पाहून युधिष्ठिर लाजेने काळवंडला. भीमाने दु:शासनाचे काळीज उपटून त्याचे रक्त पिताना म्हटले होते, ''हे रक्त दुधाहून गोड आहे. मधाहून मधुर आहे.'' त्याचे ते कृत्य पाहून सारेच शहारले होते. पण युधिष्ठिराने त्या वेळी त्याच्याकडे दुर्लक्ष केले होते. पण आता मात्र त्याला राहवेना. ''हे तू काय करतोस? त्याला लाथ मारू नको. धर्माचे उल्लंघन करू नको. तो नातेवाईक आहे. राजा आहे.'' पण इतकेच म्हणून तो राहिला नाही. भीमाकडे पाठ वळवून तो दुर्योधनाजवळ जाऊन बसला. अतिशय सद्गदित होऊन तो म्हणाला, ''बाबा, तू शोक करू नको. तुझ्या अपराधाचे फळ तुला मिळाले म्हणून तुझा मृत्यू धन्य आहे. दुर्योधना, आम्ही तुझ्याहूनही हीनदीन झालो आहे. आमचे सारे नातेवाईक गेले. आमचे जीवन दरिद्री झाले. आता मुलीबाळी, सुना, नातसुना यांना मी तोंड कसे दाखवू? विधवा सुनांची तोंडे कशी पाहू? तू स्वर्गात जाशील. नरकासारखे दु:ख भोगींत आम्हांला मात्र राहिले पाहिजे.''

परंतु एवढ्यावरच हे प्रकरण थांबले नाही. कमरेखाली मारू नये हा गदायुद्धाचा नियम भीमाने पाळला नाही, याचा बळरामाला फार संताप आला होता. भीमाने सभेतच ''तुझी मांडी मी फोडीन!'' अशी दुर्योधनाला उद्देशून सर्वासमक्ष प्रतिज्ञा केली होती याची कृष्णाने आठवण दिली. पण बळराम म्हणाला, ''कपट ते कपटच.'' आणि संतापून तो तीर्थयात्रेला निघून गेला. आता कृष्णही चिडला. तो युधिष्ठिराला म्हणाला, ''तू भीमाला लाथ कशी मारू दिलीस?''

बिचारा युधिष्ठिर! लाचार होऊन तो म्हणाला, ''कृष्णा, मला ते मुळीच आवडले नाही. भीम मला वनवासात टाकून बोलला ते सारखे मनात टोचत होते. म्हणूनच मी या गोष्टीची उपेक्षा केली. मी मूढ झालो होतो. धर्म असो, अधर्म असो, मूर्ख आणि लोभी दुर्योधनाला कसेही मारून त्याला संतुष्ट होऊ दे, एवढाच विचार मी केला.''

या भयानक नाट्याचा शेवट व्यासाने अतिशय शहारा आणणारा असा केला आहे. दुर्योधनाभोवती राजे जमले आहेत, आणि तिथेच हे वादंग माजले आहे. त्या वेळी कृष्ण म्हणतो, ''चला सारे. राहू दे याला इथेच. हा पापी आहे. पांडवांना सुईच्या अग्राएवढी भूमीदेखील हा देईना. पडू दे याला. शत्रू किंवा मित्रही म्हणण्याच्या लायकीचा हा नाही.''

हे ऐकून दुर्योधन त्या स्थितीतही चवताळतो आणि शेपटी ठेचलेल्या सापासारखा, दोन हातांवर शरीर तोलत, डोके वर करून फुसकारत म्हणतो, ''कंसाच्या दासाचा पोरटा तू. तूच मला मांडीखाली मारायचा सल्ला दिलास. तुला लाज नाही. भूरिश्रवा, द्रोण, कर्ण, भीष्म-साऱ्यांची आठवण तुला देतो. सरळ मार्गाने तुम्ही लढता तर तुमचा जय झाला नसता. मी तर स्वर्गात जातो आहे. तुम्ही मात्र भग्न हृदयाने इथेच शोक करीत बसा.''

हे ऐकून पांडव व कृष्ण काळेठिक्कर पडतात. कृष्ण म्हणतो, ''कपटावाचून याला मारणे शक्य नव्हते. तुम्हांला जय हवा होता ना?''

युधिष्ठिर मात्र गांधारीला तोंड कसे दाखववे या काळजीत पडला. शेवटी ते काम कृष्णाने पत्करले. तरी पण त्या दिवसापासून युधिष्ठिराची झोप उडाली. तो दुःखी झाला. त्याची शांती गेली. युद्धाचे सारे भयानक प्रकार भोगताना युधिष्ठिर इतरांपेक्षा फार फार विकल झाला. अगोदरच त्याला युद्धाची किळस. युद्ध शक्य तितके टाळावे असेच त्याचे मत. कृष्णशिष्टाईच्या अगोदरच तो कृष्णाला म्हणतो, ''दोघे युद्ध करतात त्यांतला एक मेला तरी जय होत नाही. युद्धात चांगले असे काय आहे?'' आणि मग समग्र जीवनच एक संग्राम आहे असे दृश्य त्याच्या डोळ्यांपुढे तरळते आणि तो म्हणतो, ''ब्राह्मणांच्या हाती करवंटी. क्षत्रिय वधाने पोट भरतात. शूद्राला सेवेचे कष्ट. वाण्याला मीठ, गूळ वगैरेसारखे पदार्थ विकून जगावे लागते. कुत्रा कुत्र्याला, मासा माशाला आणि क्षत्रिय क्षत्रियाला मारतो. शूर दुर्बलाला मारतो. अयशस्वी यशस्वी माणसाला मारतो. पराजय मरणाहून वाईट. जयातही अर्थ नाही. आपली माणसे मेल्यावर सुख काय? वैर वैराने शमत नाही. शांतीसारखे सुख नाही.''

पण युधिष्ठिराचे हे बोलणे वाळूत पाणी जिरावे तसे अक्षरशः जिरले.

कर्णाच्या जन्माचे रहस्य कळल्यानंतर तर युधिष्ठिराचा वैताग फारच वाढला. तो इतका तगमगला की सांगता सोय नाही. स्वतःच्या मूढतेने तो चकित झाला. नेहमीच त्याला तसे होई. पण या वेळी त्याचा संयम बारगळला. कृष्ण शिष्टाईला निघाला तेव्हा युधिष्ठिर कुंतीला उद्देशून म्हणाला होता, ''तू धृतराष्ट्राच्या घरी जातो आहेस, तर आमच्या आईची भेट घे. वत्सल अशी आमची आई. लहानपणापासून सासरच्यांची दुःखेच पाहिली तिने. आमचे दुर्योधनापासून रक्षण केले. खूप खूप दुःख सोसले रे तिने!'' असा हा कनवाळू मुलगा बेभान होऊन तिलाच शापतो. युधिष्ठिराचे कर्णाच्या बाबतीतले आकर्षण द्विधा होते. एकीकडे त्याच्याबद्दल फार भय व त्याच्या करणीमुळे उत्पन्न झालेला द्वेष व दुसरीकडे त्याच्याबद्दल अनावर ओढ. कर्णाचे तोंड पाहून एक प्रकारचा आनंद

युधिष्ठिराला वाटे.

कर्ण व कुंती याच्या पायांतले साम्य युधिष्ठिराच्या लक्षात केव्हाच आले होते. आणि ते साम्य आणि कर्णाचा चेहरा यांनी इतका शांत भाव त्याच्या मनात निर्माण केला की, द्रौपदीच्या विटंबनेच्या वेळीही तो शांत राहू शकला. आपण त्याच वेळी या साम्याचा छडा लावून कां घेतला नाही? बंधुवधाचे पातक कां जोडले?–ही टोचणी त्याला लागून राहिली. सर्व दु:खांहून हे दु:ख मोठे होते. वंचित कर्णाभोवती त्याचे मन घुटमळत राहिले.

राज्य सोडून निघून जावे, तप करावे, असे त्याच्या मनात आले. त्याचा हा विचार पाहून अर्जुन रागावून म्हणतो, ''एवढे राजा जिंकले ते सोडून जायचे म्हणजे काय? लोक काय म्हणतील भिक्षापात्र घेऊन हिंडलास तर?'' भीम अर्जुनाला टेकू देऊन म्हणतो, ''राज्य सोडून भीक मागायची काय? अर्थ हाच क्षत्रियाचा धर्म.'' द्रौपदी पण त्यांना साथ देते.

अर्जुन फिरून म्हणतो, ''द्रौपदीचा सभेतला अपमान, वनवास, कीचकाची लाथ-सारे विसर. युद्धात शत्रू, मित्र पाहायचे नसतात. युद्ध म्हणजे युद्ध. आणि ते प्राणपणाने, मन लावून करावे लागते. द्रोण, भीष्म यांच्याबद्दल शोक करू नको. काही जण असे असतात की त्यांना सुखाच्या प्रसंगीदेखील दु:खच आठवते. काही दु:खात असले तरी सुख आठवून आनंदी होतात. युधिष्ठिरा, तू जे चांगले आहे आणि जे दु:खाहून बलवत्तर असे आहे ते आठव. परंतु तुझा स्वभावच असा की तू काहीतरी मनात घेऊन कुढत बसतोस.''

याच्यावर युधिष्ठिराने उत्तर दिले, ''सर्व काही मानण्यात आहे. जनकाचेच पाहा ना. तो म्हणायचा, माझ्याजवळ काही नाही तरी माझे धन अनंत प्रकारचे आहे. मिथिला जळली तरी माझे काही जळायचे नाही.''

आता अर्जुन काही तो परीकथेतला लग्नाळू नवयुवा नव्हता. खडतर अनुभवांनी तो प्रौढ व्यवहारी पुरुष झाला होता. राज्य मिळाले तरी धन नव्हते. ते कसे आणून राज्याचा गाडा हाकावचा हीच चिंता त्याला पडली होती. आणि युधिष्ठिर राज्यावर असला तरच त्याला फिरून धन मिळवून आणायला हुरूप राहणार होता. तो चिडून म्हणाला, ''जनक मूर्ख होता. तो राज्य सोडून भिक्षा मागायला निघाला तेव्हा त्याची राणी त्याला म्हणाली, 'संपत्ती जाळून निघालेला तू कुत्र्यासारखा दिसतोस. तुझ्यावर अवलंबून असलेली प्रजा कुठे जाईल? कुठले श्रेय तुला मिळणार?' जनकाचा तत्त्वज्ञ म्हणून लौकिक असला तरी तोही मूढ होता. प्रजापालन आणि देव, अतिथी, व भूतांचे पूजन केलेच पाहिजे.''

तरीही युधिष्ठिर आपला हेका सोडीत नाही. आपला संकल्प युधिष्ठिराने कधीच सोडलेला नाही. पण आपल्या गुणांची प्रौढीही त्याने कधी मिरवली नाही. परंतु या वेळी मात्र तो निर्वाणीला पेटून म्हणाला, ''मी शास्त्रे शिकलो आहे. वेद, धर्म, सारे काही शिकलो आहे. तू अस्त्रेच शिकला आहेस. शास्त्रांचा अर्थ तुला कधीच समजणार नाही. धर्माचे सूक्ष्म स्वरूप तुला कळायचे नाही. तू वृद्धांची सेवा केलेली नाहीस. तू नुसतेच युद्ध जाणतोस. धन सर्वांत श्रेष्ठ ही तुझी समजूत चुकीची आहे. तपच सर्वांत मोठे. ऋषींना त्यानेच गती मिळाली.

तपाने खूप मिळते. बुद्धीने महान श्रेय प्राप्त होते, त्यागातच सुख आहे.''

या वेळी अर्जुन गप्प बसला. पण देवस्थान ऋषी व व्यास यांनी अर्जुनाची बाजू उचलून धरून सुवर्णमध्य काढला. राज्य धर्माने मिळविले, ते सोडणे बरोबर नव्हे. यज्ञ केला की धनाचे सार्थक होईल.

या वेळी युधिष्ठिराच्या अंतर्यामातले ओले दु:ख उचंबळून आले. तो म्हणाला, ''मुले गेली आमची. बायका निपुत्रिक झाल्या. म्हणून शोक आवरत नाही. राज्यात मन लागत नाही.''

यावर व्यासाने त्याला म्हटले, ''सुख मिळो वा दु:ख, जे प्राप्त झाले ते घेतलेच पाहिजे. सुख नेहमी नसते. दु:खही नेहमी नसते. हृदय अपराजित ठेवून जे पुढे येईल ते घेतले पाहिजे. साऱ्या सहवासांची अखेर विरहातच होते. म्हणून शोक करू नको.''

कृष्णही समजावणी करतो आणि व्यास राजधर्मावर प्रवचन करतो. युधिष्ठिराचे मनही शांत होते आणि तो वनात जायचा हट्ट सोडून हस्तिनापुरात प्रवेश करतो.

यानंतर युधिष्ठिराने बरीच वर्षे राज्य केले. पण त्यानंतरच्या काळातली हकिकत व्यासाने लिहिलेली नाही. युद्धापर्यंतच्या स्थितीतली युधिष्ठिराची मानसिक आंदोलने कदाचित त्यात नसतीलही. असलीच तर युद्धाचीच गाथा लिहायला निघालेल्या व्यासाला पुढचे राज्याचे चित्र अनाठायी वाटले असेल. शिवाय सुख, समृद्धी एकरंगी असते. संघर्षातच ज्याची कला फुलली तो संघर्षविहीन जीवनाला काय महत्त्व देणार? त्याने हात घातला तो एकदम मृत्यूच्या अखेरच्या संघर्षाला. आणि तिथे शांतताप्रिय, संघर्षरहित युधिष्ठिरालाच शेवटच्या निष्क्रिय शांततेचे प्रतीक बनवून त्याने अक्षरश: शून्यात बुडवून टाकले. त्याचे पार्थिव जीवन संपले, मृत्यूही संपला. आणि त्याचा कल्याणप्रद संकल्प मात्र झरून जाऊ नये म्हणून स्वर्गाच्या संपुटात घालून व्यासाने ठेवून दिला.

युधिष्ठिराने दानधर्म केला, पुण्याची कास धरली. पण ती इतरांप्रमाणे सकाम नव्हती. वनात द्रौपदीला तो म्हणतो की, ''मी कर्म करतो, पण फळाची इच्छा ठेवून करीत नाही.'' त्याने विशिष्ट दैवताचे किंवा धर्मसंप्रदायाचेही स्तोम माजवले नाही. कश्यपाची क्षमेची गाथा तो द्रौपदीला सांगतो. जनकाचेही आकर्षण त्याला आहे. परंतु तो भक्त असा कुणाचाच नव्हता. बुद्धीची प्रतिष्ठा तो उत्तम तऱ्हेने जाणीत होता. स्वत:च जीवनाचा विचार करावा, सुज्ञांचा सल्ला मात्र घ्यावा, असा त्याचा बाणा होता. स्वतंत्र बुद्धीचा उद्गाता त्याच्यासारखा अन्य महाभारतात नाही. आपल्या मतांसाठी त्याने अपार कष्ट सोसले. आपल्या निर्णयांची त्याने प्रौढीही मिरवली नाही. किंबहुना, बुद्धिवादी असल्यानेच तो सदा साशंक असे. द्विधा होत असे. एका प्रश्नाचा दोन तऱ्हांनी विचार करू शकत असे. म्हणूनच तो अजातशत्रू होता. म्हणूनच एकाकीही होता. त्याचा धर्म म्हणजे उच्चतम नीतिमत्ता. वैयक्तिक, कौटुंबिक व सार्वजनिक नीतिमत्ता त्याने भीष्माकडून ऐकली. अध्यात्माचे सिद्धान्त त्याने घोकले नाहीत. उपनिषदांच्या तत्त्वांचा काथ्याकूट केला नाही. दैनंदिन जीवनातले व

विशिष्ट प्रसंगातले माणसाचे वागणे हाच सर्व तत्त्वज्ञानाचा मूलाधार आहे हे त्याने जाणले. त्याने मोक्षाचा ध्यास घेतला नाही. ध्यास घेतला स्वकीयांना धर्ममार्गाने जाऊन सुखी कसे करता येईल याचा! सर्वांत मोठा ध्यास त्याला क्षमेचा. प्रभुत्व व सत्ता यांची शोभा क्षमेतच आहे, हे अट्टहासाने–कुचेष्टा होत असतानाही–सांगणारा युधिष्ठिर हा एकटाच होता. शांतीची तळमळ त्याच्यासारखी क्वचितच कुणाला असेल.

अत्यंत मृदू अंत:करणाचा हा माणूस युद्धाच्या कठोर करणीसाठी नियतीने कां वापरला कोण जाणे! पण एक मात्र खरे की, बाळपणापासून अखेरपर्यंत युधिष्ठिराने कोणत्याही तीव्र महत्त्वाकांक्षेत स्वत:ला वाहवू दिले नाही. लवचिकपणा कायम ठेवून तो सतत शांतीच्या मूलाधाराचा वेध घेत राहिला, आणि वाटसराप्रमाणे आपल्याच त्या अरुंद पाऊलवाटेने सतत चालत राहिला. अखेरची वाट फार निरुंद होती. चढणीची होती. पत्नी पडली. भाऊ पडले. वाटेतले कुत्रे तेवढे राहिले. कुत्र्याच्या डोळ्यांतले कारुण्य युधिष्ठिराच्या प्राणांना भिडले. कारुण्य प्राणांना भिडते तेव्हाच धर्माचा आढळ होतो. शांती आपोआप स्रवू लागते. त्याच शांतीचा घुटका घेत हा पथिकही मुक्त झाला.

८ | अश्रू हरवल्यावर

प्राचीन भारतीय वाङ्मयात शतायुषीपणाचे महन्मंगल स्तोत्र ठायीठायी गायिलेले दिसते. मुले, बाळे, नातवंडे-पंतवंडे यांचा समृद्ध संसार स्वत: वार्धक्यातही तरतरीत राहून पाहावा ही मनीषा वैदिक ऋषींनीही बाळगली. त्याच मनीषेचा वारसा महाभारतात दिसावा यात काहीच नवल नाही.. मात्र पूर्वीच्या वाङ्मयातले ते चिरायुषीपणाचे स्वप्न महाभारतातल्या विराट व्यवहारात तसेच रंगीत, गुळगुळीत व आकृतिहीन राहिलेले नाही. माणसाच्या प्रत्येक कामनेला, प्रत्येक अनुभवाला, हरएक जीवनावस्थेला व्यासाने एकेक घाट दिलेला आहे, आणि हा घाट देताना स्वत: केलेल्या मुशी त्याने स्वत:च फोडून टाकलेल्या आहेत. आणि म्हणूनच महाभारतातले हे घाट सार्वत्रिक, किंबहुना विश्वव्यापक वाटले तरीही ते स्वत:च्या केंद्रापासून कधी ढळत नाहीत. आणि म्हणून त्यातल्या व्यक्ती फक्त त्या व्यासनिर्मित वातावरणातच स्वत:चा आकार, स्वत:ची परिमाणे, स्वत:चे खास विशेष धारण करून जिवंतपणे वावरतात. त्यांना तिथून बाहेर काढून त्यांचे व्यवहारी आदर्श बनवा की ते केवळ ठोकळे बनतात. काष्ठपुतळ्या बनतात.

वार्धक्याचे परिमाण व्यासाने जे दिले आहे ते मुसमुसलेल्या तारुण्याच्या त्याच्या भानाहूनही फार विशाल आहे. हे परिमाण मात्र त्याचे स्वत:चे नाही. परंपरेतून त्याने ते उचलले आहे. 'वार्धक्य' हे परिपक्वतेचे दुसरे नाव आहे. माधुर्य, अनुभवांची परिपूर्णता, आणि अलिप्ततेने लहानमोठे व्यवहार जोखण्याइतका समतोलपणा असणे याचेच नाव वार्धक्य. पलिकडच्या सीमेकडे ज्याचे लक्ष केंद्रित झाले आहे असाच मनुष्य ही अवस्था भूषवू शकतो. असा मनुष्य अंतर्मुख असूनही तटस्थ असावा लागतो. त्याच्या स्वत:च्या इच्छा अशा नसतातच. परतु कल्याणाचा, सार्वत्रिक कल्याणाचा छंद मात्र अशा परिपक्व वृत्तीच्या माणसात जबरदस्त असतो. स्वत:चे विसर्जन करण्यासाठी तो धडपडत असतो. असा हा आदर्श वृद्ध द्रौपदीने फार चांगला आकलन केला होता. तो नसला तर सभेचे सभापण हरवते. कारण या वृद्धाजवळ निखोड सत्याचा अमोल ठेवा असतो. हे सत्य

करुणावृत असते. सर्व प्रकारच्या दंभापासून मुक्त असते आणि म्हणूनच भीरू नसते.

असा हा द्रौपदीने मनोमनी रेखाटलेला, कौरवांच्या सभेत आक्रोश करून आळविलेला वृद्ध कोण होता? कुठे होता? पितामह भीष्म, गुरू द्रोण, जराजर्जर धृतराष्ट्र, विदुर हे सारे म्हातारेच होते. पण त्यांच्यातला तो शांत भव्य भाव असलेला वृद्ध कुठच्या कुठे लुप्त झाला होता. भीष्म, विदुर हे पार गोठून गेले होते. परंतु अंध धृतराष्ट्राच्या मनात मात्र त्या वेळी प्रचंड क्षोभ माजला. धृतराष्ट्राच्या वार्धक्याचा विशेष हाच की त्याचे मन नेहमीच अशांत असायचे. द्विधा असायचे, शंकाकुल असायचे. आणि अटीतटीचे प्रसंग तर सदाच त्याच्याभोवती असायचे. त्यातून तो पडला राजा. निर्णय घेण्याचा बोजाही त्याच्यावर पडायचा. जिथे जिथे स्वार्थाला छेद द्यायचा प्रसंग येई तिथे तिथे धृतराष्ट्राची समबुद्धी कोलमडे, आणि तो न्यायाला टाळून सत्य डावलून काहीतरी करून बसे. नाही ते बडबडे. कधी दीन होई, कधी मत्सरग्रस्त होई. तर कधी पश्चात्तापाने पोळून निघे. अनेक वेळा न्यायाच्याच वाटेने आपण गेले पाहिजे अशी बोचणी त्याला लागे. आणि मग तो विदुराला बोलावी आणि आपले हृद्गत त्याच्यापाशी बोले. भीष्म, द्रोण आणि विदुर यांच्याहून तो फार दुबळा होता यात शंकाच नाही. परंतु सभेत द्रौपदीच्या आव्हानाने सर्व लहानथोर स्तिमित झाले असताना, धृतराष्ट्रात, क्षणभरच का होईना, पण द्रौपदीने हेरलेल्या आणि प्रत्यक्षात चिरस्वरूपात न दिसणाऱ्या त्या आदर्श वृद्धाचा संचार झाला. त्याने तिला दास्यातून पतीसकट मुक्त केले आणि तेवढे घडल्यानंतर मात्र धृतराष्ट्र फिरून आपला आपण झाला. ठेचाळत, गोते खात, रडतओरडत, स्वतःला व इतरांना दूषणे लावीत तो अखेरपर्यंत राहिला. हां हां म्हणता ते शालीन विशाल वृद्धत्व सभेत भासमान झाले आणि नाहीसेही झाले. धृतराष्ट्राला त्याने जराही उंचावले नाही. भीष्मादिकांना कुठलीच प्रेरणाही दिली नाही. पाडवांना कुठलेच आश्वासनही त्यामुळे मिळाले नाही. सर्वांच्या माना खाली झाल्या. क्षुद्र दुबळ्या मनांची कीव, चरफडाट आणि सर्वच विफलता पेरून ते विचित्र भान नाहीसेही झाले.

मात्र त्या क्षणाचा, त्या भानाचा दबदबा निरनिराळ्या प्रकारे साऱ्याच वयोवृद्धांना सतत चाळवीत राहिला. धृतराष्ट्राची मानसिक आंदोलने तेव्हापासून शतपट वाढली. गांधारीच्या मनाची तीव्रता तर इतकी वाढली की न्यायाचे स्फटिकासारखे रूप तिच्या नजरेसमोर वारंवार येऊ लागले. आपल्या स्वार्थी पापी पुत्राचा त्याग करण्याबद्दल भीष्माप्रमाणेच तिने पतीला सांगितले. त्याच्याशी अत्यंत समतोलपणे चर्चा केली. द्रौपदीच्या अन्यायाचे मानसिक परिमार्जन खऱ्या अर्थाने कुणी केले असेल तर ते गांधारीनेच. आई मुलाविरुद्ध उठली. युद्धात मरू घातलेल्या मुलांची आई राजकारणाविरुद्ध अगोदरच एक प्रकारचे बंड करून उठली होती. अनुद्यूताची कल्पना हाणून पाडण्याचे लहानसे यश तेवढे तिच्या पदरी पडले. परिपक्वतेच्या दिशेने गांधारी भराभर चालू लागली होती. धृतराष्ट्र मात्र तिच्या कितीतरी मागे होता. भीष्म, विदुर यांच्या बरोबरीने गांधारी आता वाढली होती. त्यांच्याहूनही मोठे दुःख गिळीत ती न्यायाला चिकटून राहण्याची शिकस्त करीत होती.

मात्र इतके झाले तरी या साऱ्या वयोवृद्धांच्या प्रतिमा आपल्यासमोर येतात त्या दुःखाच्या भाराने वाकलेल्या, कंबर मोडलेल्या व्यक्तींच्या. त्याला अपवाद एकच : भीष्म. महाभारतातला वृद्ध म्हटल्यावर एकच आकृती प्रथम डोळ्यांसमोर येते, आणि आदर्श वृद्धाची कल्पना तिच्या पूर्णत्वाने साकारली नाही तरी तिच्या आसपास छायेसारखी वावरणारी आकृती कुणाची असेल तर ती पितामह भीष्माचीच. कणखर शरीर, साऱ्या स्मृती अखेरपर्यंत जिवंत असलेले खोल व गंभीर मन, साऱ्यात मिसळून पुन्हा तटस्थ-असा हा भीष्म आहे.

कुरुवंशातला सर्वांत ज्येष्ठ पुरुष तोच. सर्वांना वाढवून नीती, कर्तव्य आणि कर्तृत्व यांचे पाठ देणारादेखील तोच. स्वतःनंतरच्या तीन पिढ्या तर राहोतच परंतु स्वतःच्या आधीच्या पिढीसाठीही झिजणारा भीष्मच. एक उदासीन, आतल्या आत उकळणारे, आणि शांत पण जड कवच वरून धारण करणारे कुणाचे व्यक्तिमत्त्व असेल तर ते भीष्माचेच.

भीष्म हा उपजतच पोक्त होता. अष्टावक्रासारखा. पुरूसारखा. अष्टावक्राने बंदीपुढे बढाई मारली की, ''मला लहान म्हणू नकोस. ज्याचे डोके केवळ पांढरे तो काही स्थविर होत नाही. जो तरुण असून पंडित असतो त्याला देवही वृद्ध म्हणतात.'' पुरूने तर उघड बापाचे म्हातारपण स्वतःवर घेतले. पण ते म्हातारपण अंतरंग भूषवणारे वार्धक्य नव्हते, तर युवावस्थेची मरणकळा ज्याला म्हणतात असे सर्वदा सर्वांना नकोनकोसे वाटणारे नेहमीचे म्हातारपण होते. त्यात कामवासनेचा मृत्यू होता. निर्माणाची व पराक्रमाची अखेर होती. भीष्माच्या रूपाने व्यासाने या दोन्ही उच्चनीच अवस्थांचा समन्वय घडवून आणलेला आहे. पित्याची इच्छा पूर्ण करताना राज्य, विवाह, सर्वांचाच त्याग भीष्माने केला आणि त्याबद्दल त्याला कधीही अनुताप झालेला नाही. जीवनातील शारीरिक तारुण्याचा त्याग त्याने केलेला नाही. मात्र त्या तारुण्याच्या बलिष्ठ निर्माणात त्याने अष्टावक्राला अभिप्रेत असलेले सारे स्थैर्य, सारा समंजसपणा ओतला. हे करताना एक विलक्षण अंतर्मुखता त्याला लाभली. तो स्वतःच्या आत आतच बुडत राहिला. पण त्याबरोबर त्याच्या तरल संवेदना त्या प्रमाणात करवंडत गेल्या. युधिष्ठिराप्रमाणे अंतर्मंथनातून निघणारी सूक्ष्म संवेदनाक्षमता भीष्माच्या बाबतीत आढळत नाही. आढळायचे कारणच जणू आता उरलेले नाही. ही बोथटणी नसती तर भीष्माला शांत, दांत वृत्तीने त्यागाचा भार सहज पेलून धरता आला नसता.

आंदोळणाऱ्या भावना युधिष्ठिराला शोभून दिसल्या. क्वचित क्षोभाचे अश्रू विदुराला सुखाने गाळता आले. पण तरुणपणातच अश्रू हरवून बसलेला माणूस भीष्माशिवाय दुसरा कुणी आढळेल असे मला वाटत नाही. स्वतःच स्वतःला अट्टहासाने पारखा करून घेणारा, स्वतःच्या मनाचे काही भाग स्वतःच कायमचे बंद करून घेणारा हा माणूस मुलांची, सुनांची, नातवंडांची, समग्र परिवाराची सुखदुःखे अगदी हळुवारपणे हाताळीत राहतो. भीष्म हा खरा पितामह आहे. पृथ्वीवर घट्ट पाय रोवून बसलेला हा माणूस नातवंडा-पंतवंडांच्या रोजच्या व्यवहारात अगदी बुडून गेलेला आहे. स्वतः ब्रह्मचारी असून याला

पारंब्या खूप फुटलेल्या आहेत. हा कधी फुलत नाही, हसत नाही, तरी याची फळे हजारो पाखरे आपल्या चचूंनी नित्य पोखरताहेत. त्यांना कृतार्थ करताहेत. महाभारतात खऱ्या अर्थाने कुणी रुजला असेल तर भीष्मच. माती सोडून वर जायला तो मुळी तयारच नाही. तरुणपणी भोगांचा स्वर्ग त्याने अगदी सहज टाकून दिला. आणि आपल्या अती दीर्घ आयुष्यात त्याने मुमुक्षपणाचा छंद घेतलेला नाही. स्वर्ग आणि पृथ्वी यांतले अंतर समग्र कापून टाकून त्यांना एकाच पातळीवर आणू पाहण्याचा छंद जणू त्याने घेतलेला दिसतो.

आणि या छंदामुळेच त्याचे 'आजोबा' हे बिरुद किती शोभून दिसते. भीष्माचे वात्सल्य कुणा मातेलाही मागे टाकील असे आहे. ते उत्तरोत्तर पिकत चालले आहे. युधिष्ठिर अनेकदा सद्गदित होऊन कुंतीसारख्याच मायेने भीष्माने आपल्याला वाढवले हे सांगतो. दुर्योधन सोडल्यास भीष्माबद्दलचे प्रेम आणि आदर प्रत्येक जण केव्हा ना केव्हा तरी व्यक्त करतो. दुर्योधनालाही भीष्म पडल्याचे कळले तेव्हा अनावर दुःख झाले. ते केवळ स्वार्थापोटी होते असे म्हणता येणार नाही. भीष्माच्या या मायाळूपणाला व्यासाने वाचाळ होऊ दिलेले नाही. भीष्म लहानग्यांना कुरवाळतो आहे, कुठे भावनावश होऊन आपल्या अंतःकरणाला खुली वाट करून देतो आहे, असे झालेले नाही. भीष्माच्या भोवती एकही कोमल दृश्य व्यासाने उभारलेले नाही. या वत्सल पालकाची, आजोबाची पार्श्वभूमी मात्र व्यासाने एका अनोख्या कोवळ्या रंगाने भरून काढली आहे, आणि प्रत्यक्ष चित्र मात्र कोरड्या निबर रेषांनी काढले आहे. प्रत्येक रेषा अती बांधेसूद, भरीव-आणि आकृतीच्या गोलवटपणाला कुठेही कंगोरा नाही. भीष्माचा स्वर गंभीर; पण आता त्याच्या पूर्वजीवनातल्या निग्रहाचा कठोरपणा त्यात राहिलेला नाही. निग्रहच मुळी मुरून मऊ झालेला आहे. इतका की, भीष्माने अटीतटीचा निग्रह कधी केला होता की नाही याचीच शंका यावी. स्वतःच्या उत्कट वृत्तींना अशी झिजवट कला भीष्माने मुद्दाम तर आणली नसेल? की वैराग्याचा सामान्य आदर्श-मग तो आदर्श क्षत्रियरूपाने राजवाड्यात राहत असला तरीही जरासुद्धा विकृत होता कामा नये हा संस्कृतीचा दंडक व्यासाने पाळला? भीष्म विरागी, तर मग त्याला पंडू राजा झाल्यावर कर्तव्य केल्याचे समाधान मानीत सहज वनात तप करता आले असते. तप काही त्याला जड गेले असते असे नव्हे. मग त्याला संसारी पसाऱ्यातच इतक्या विरक्तपणे वागायला लावण्यात व्यासाचा हेतू काय?

मला वाटते की, कठोर तापसांची, शांत ऋषींची, ज्वलज्जहाल हेकेखोर तपस्येने इष्टपूर्ती करणाऱ्यांची चित्रे काही झाले तरी भडकच असतात. वैराग्यज्वाला सूडाच्याही कामी काही कमी जणांनी वापरलेली नाही, ईर्ष्या तपाला वावडी नाही. आणि क्षणिक मोहाने साऱ्या तपाचे फळ वाया गेल्याचीही उदाहरणे थोडकी नाहीत. व्रतस्थ मुनींचे बीज परमनिर्माणकारी असते, हा प्रत्ययही नियोगाच्या रूपाने इथे येतोच. या सर्व पारंपरिक तपस्येच्या दालनातच वावरणाऱ्या विविध मूर्ती व्यासानेही वेळोवेळी कोरल्या. परंतु त्याने स्वतःच्या लहरीने एकच मूर्ती घडवली. कुणाला ही बिघडलेली मूर्ती अर्धवट सोडली

असेही वाटावे, अशीच ती घडू दिली. पण या मूर्तीत स्वत:लाही काही ठिकाणी पेलणार नाही इतके कसब व्यासाने प्राणपणाने ओतले. सफाईचा हात हिच्यावर फिरवायला तो धजला नाही. तपाचा घाट त्याने इथे कलता ठेवून वापरला. अंबेच्या द्वेषाची तिरीप त्याच्यावरून हलू दिली नाही. तिच्या मरणातही ती जिरली नाही. शिखंडीमध्ये पेटती चूड घेऊनच ती जन्माला आली.

अंबेचे प्रकरण हे लहान असले तरी इतके जाज्वल्य आहे, की जणू या ठिणगीतच भारतीय युद्धाचा सारा अंगार मावला आहे. कुरुवंशाच्या वृद्धीचे प्रतीक भीष्म तसेच विनाशाचेही तोच, असे वाटावे इतकी अंबेच्या सूडाची धार तीव्र आहे. अंबा ही जणू भीष्माची दुर्भाग्यविधात्रीच आहे. अंबा आहे म्हणून आपल्याला शंतनूच्या लंपटपणाचा आणि आप्पलपोटेपणाचा राग येत नाही. जणू काही जे घडले ते अगदी स्वाभाविकच, इतके सहज ते प्रकरण भीष्माने आपल्या अंगावरून जाऊ दिले. पण त्याची प्रतिक्रिया त्याला थोपविता आली नाही. त्या प्रतिक्रियेचे नाव अंबा. दुर्बळ भावाकरिता स्वत:चा अतुल पराक्रम वाया दवडणाऱ्या या पुरुषाचा अंबेने धिक्कार केला. त्याच्या पौरुषाला तिने आव्हान दिले. हरण केलेल्या कन्येचे पाणिग्रहण स्वत:च करावे, हा नीतिनियम तिने उपस्थित केला, आणि स्वत: शाल्वाशी प्रेमबद्ध असल्याने आपले हरण करणे अनुचित, ही जाणीवही भीष्माला दिली. परंतु या घटनेपूर्वीच भीष्म अश्रू हरवून भावनांना पारखा होऊन बसला होता, याची तिला काय जाणीव? त्यागाने निर्माण होणारी पोकळी सोशिकतेने भरून काढीत भीष्म केव्हाचा बसलेला होता. आता त्याच्या जीवनात वादळे नव्हती. चांदणे नव्हते. रडणे नव्हते. जेव्हा तारुण्याच्या तिसऱ्या प्रहरीच स्वत:च्या जीवनाला येऊन भिडलेले हे अखेरचे वादळ त्याने पाहिले, तेव्हा सावध राहून त्याने अंबेला सोडून दिले. त्याचा स्वत:चा प्रेमभंग झालेला कुठेच दिसत नाही. कदाचित बापाच्या आयुष्यातील प्रेम व काम यांची सांगता अशा विलक्षण तऱ्हेने झाल्यावर प्रीतीचा अंकुरच त्याने जाळून फुंकून टाकला असेल.

पण अंबेचा प्रेमभंग व मानभंग एकदमच झाला. सत्यवतीहून अंबा कितीतरी श्रेष्ठ होती. सत्यवतीने विचित्रवीर्य मेल्यावर भीष्मालाच अंबिका व अंबालिका यांच्याबरोबर सहशयन करून नियोगपद्धतीने पुत्रजनन करण्याची विनवणी केली होती. पण सत्यप्रतिज्ञ भीष्माने ती मानली नाही. धृतराष्ट्र, पंडू, विदुर यांचे पितृपद त्यामुळे व्यासाकडे आले. परंतु अगदी प्रथम भीष्माने अंबेला जो नकार दिला त्याची सर या दुसऱ्या नकाराला नाही. कुरुवंशाचा क्षय सत्यवतीची इच्छा आहे तोवर होणे अशक्य होते. आणि भीष्माने नाही म्हटले याची कुठलीच प्रतिक्रिया न होता ती गोष्ट घडूनही आली. अगदी सहज. पण अंबेच्या नकाराच्या पहिल्या घटनेत मात्र स्फोट होता.

भीष्मालाही शिखंडीला पाहून त्या घटनेचे स्मरण झाले. स्वत:विषयी कधी न बोलणारा भीष्म कौरवांना आपले व्रत सांगतो, ते अगदी त्रोटक. आणि मग अंबेची कथा सांगतो.

स्वत:च्या तरुणपणाची ती एकमेव रंगीत आठवण सांगताना भीष्माला सुख वाटल्याचा भास होतो. अर्जुनाच्या बाणाच्या गंगेने त्याची तृषा शांत झाली. अंबेच्या हकिगतीनेही एक प्रकारचे समाधान त्याला मिळाले असावे, असे त्याच्या कथानकाच्या ओघावरून वाटते. भीष्म कधीकाळी तरुण होता याची एवढीच एक खूण महाभारतात सापडते. अंबेच्या तपाची, तिने आपण होऊन ओढवून घेतलेल्या मरणाची–असे आत्महत्यारी आततायी मरण महाभारतात एवढेच आहे–आठवण जागृत होती, म्हणूनच का भीष्म दुर्योधनाला आवरू शकला नाही? त्याची दुरुत्तरे सहन करू शकला? दैव अटळ आहे, अंबा हेच दैव आहे, असेच तर त्याला वाटले नसेल?

महाभारतातल्या साऱ्या व्यक्ती आपल्यासमोर खऱ्या उभ्या राहतात त्या कौरव-पांडवांच्या ऐन तारुण्यभरात. त्या वेळी भीष्म आयुष्यातले कर्तव्य संपले अशा वृत्तीतच असतो. आणि तरीही तो युद्धाला जुंपला जातो. सेनापती होतो. त्याचे मन पांडवांकडे, शरीर कौरवांकडे. धृतराष्ट्र व दुर्योधन यांची वृत्ती अशी की, हा आपले अन्न खाऊन पांडवांचा धार्जिणा आहे. हे मिंधेपण भीष्माला जाणवते. त्याच्या औदार्यातून, पित्याला दिलेल्या दानातून त्याने हे मिंधेपण सुखाने स्वीकारलेले असते. पण आता युद्धाचा प्रसंग आल्यावर त्याच्या म्हाताऱ्या खांद्यांना तो भार पेलवत नाही. युद्ध करायचे आणि तो भार काढून टाकायचा, इतका गतानुगतिकपणा त्याला आलेला आहे. भीष्म पित्याकरिता जे सोडतो, ते पाहून आपल्याला त्याची दया येत नाही, कौतुकच वाटते. पण त्या वचनाच्या परिपाकाचा गुण मात्र असा की, त्यामुळे मग भीष्माबद्दल केवळ कीवच यावी. लढताना, ''तुझे मन पांडवांकडे म्हणून तू ते लावून युद्ध करीत नाहीस'' हे दुर्योधनाने दिलेले दूषण नाहीसे करण्यासाठी भीष्म आपले सारे बळ युद्धात ओततो. प्रतिज्ञा करतो. कृष्णही मोठा चतुर. आपली प्रतिज्ञा मोडून तो भीष्माची प्रतिष्ठा कायम राखतो. अर्जुनाची मूर्च्छा हे भीष्माच्या पूर्वपराक्रमाचे प्रतीक वाटावे अशाच तऱ्हेने व्यासाने वापरले आहे, खरे ते कारण जाणते ओळखतात. आजोबा जीव लावून लढताहेत. फार कुशलतेने लढताहेत. पण त्यांचे लढण्याचे दिवस आता संपले आहेत. शरीर थकले आहे. भीष्माबद्दल आदर साऱ्यांनाच आहे, परंतु त्याचा दरारा कुणालाच नाही, याची जाणीव कुणाला असेल तर ती भीष्मालाच अधिक. कारण दुर्योधनाने टोमणा मारला तेव्हा भीष्मही चिडला आणि म्हणाला, ''मी म्हातारा. माझ्याच्याने होईल ते मी करतोच आहे. पण पांडव अजिंक्य आहेत. आता माझा पराक्रम पाहा.''

अर्जुनाला मात्र भीष्माशी लढताना कसेसेच वाटते. कारण भीष्म अगोदरच त्याला म्हणतो, ''बाळा, तुला पाहून मला आनंद वाटतो. युद्ध कर आणि जय प्राप्त करून घे.''

त्यावर अर्जुन म्हणतो, ''तुम्हांला न जिंकता युद्धात कसे जिंकायचे ते सांगा.''

इथे भीष्माच्या डोळ्यांपुढे जणू तारुण्याचे चित्र उभे राहते. शस्त्राच्या स्पर्शाने तो पुन्हा गतकाळातल्या रणरंगाचा अनुभव घेतो. तो म्हणतो, ''मला जिंकील असा कुणी नाही.

आणि मला जिंकल्याशिवाय माझा मृत्यूही नाही.'' दोन वाक्यांत दोन काळांचा सांधाही व्यासाने जोडला आहे. भीष्माचे बळ व त्याच्या समग्र जीवनकार्याचे वैफल्य यांचे सार या सांध्यात आहे. भीष्म दुर्योधनावर वारंवार चिडतो. ''दुर्योधनाला आवर'' म्हणून धृतराष्ट्रालाही बजावतो. पण त्याचे कुणीच ऐकत नाही. पांडव वनात गेले, आणि भीष्म फार दु:खी झाला.

गोग्रहणाच्या प्रसंगी त्याने अर्जुनापुढे हार खाल्ली. त्याला पळून जावे लागले. तसेच द्रोणालाही. परंतु भीष्माने मनाचा समतोलपणा सोडला नाही. त्याने युद्ध टळावे म्हणून शेवटपर्यंत प्रयत्न केले. गोग्रहणाच्या प्रसंगानंतर ''वर्षभर कौरवांना तुम्ही अभय द्यावे.'' असेही अभिवचन त्याने पांडवांकडून घेतले. खाल्ल्या अन्नाचे इमान अशा तऱ्हेने राखण्याची त्याने पराकाष्ठा केली.

बापाच्या वंशजांचे भले करण्यासाठी त्याने गर्भिणेचेच व्रत जणू अंगीकारले. शरतल्पावर पडल्यानंतर भीष्म युधिष्ठिराला अनेक धर्मांचे विवेचन करून सांगतो. त्यात राजधर्मावर बोलताना तो म्हणतो, ''राजाने गर्भिणीचे अनुकरण करावे. गर्भिणी स्वत:चे प्रिय बघत नाही. मनाला येईल ते करीत नाही. केवळ गर्भाचे हित ती पाहते.''

कुरुवंश जणू आपला गर्भच आहे असे मानून भीष्म जन्मभर स्वत:ला विसरून त्याला सांभाळीत राहिला. पण ते सांभाळणे व्यर्थ गेले. त्याने मिळवले काय? तर गर्भपात होऊनही न रडण्याचे वरदान. खरेच ते. भीष्म पडला, तेव्हा सारे रडले. भीष्म इच्छामरणी. शरतल्पावर तो पडून राहिला. युद्धाची अखेर होईपर्यंत तो चांगला जागृत होता. जागृती कधी न संपणे हा त्याला मिळालेला वर की शाप हेच समजत नाही.

भीष्माकरिता सगळे रडले तरी भीष्म कधी कुणासाठी रडूच शकला नाही. शरशय्येवर तो एका विशिष्ट तंद्रीतच होता. युधिष्ठिराला त्याने आपल्याला येत असलेले सारे धर्मविचार शेवटी सांगितले. व्यवहारी आणि आध्यात्मिक मार्गावरचे सारे पारंपरिक सिद्धान्त त्याला अवगत होते यात काहीच नवल नाही. पांडित्याचा केवढा प्रचंड साठा भीष्माजवळ होता याची साक्ष शांतिपर्व व अनुशासनपर्व देतातच. भीष्माचे मरण लांबवणे, त्याचे ज्ञानभांडर तळापर्यंत उपसणे, या दोन क्रियांतच व्यासाने त्याच्या जीवनाच्या कोरडेपणाचे न बोलताच चांगले दिग्दर्शन केले आहे. त्याचा क्षण आणि क्षण सारखा ज्ञान गोळा करण्यातच गेला तरीही त्याच्या चिंतनाला खोली नाही. या विस्ताराच्या आवडीने तर त्याची खोल भावनांत बुडी मारण्याची वृत्ती आखडून गेली नसेल? भ
ीष्माने शरशय्येवर साऱ्यांची मरणे ऐकली. पण तोही या वेळी मृत्यूच्या मांडीवरच होता. तेव्हा त्याला शोक न होणे एक प्रकारे स्वाभाविकच होते. दुसरा एखादा असता तर त्याला शोक झाला असता. द्रोणाला नाही झाला? घटोत्कचाला नाही झाला? अर्जुनाला नाही झाला? दुर्योधनाला नाही झाला? पण भीष्माची जातच निराळी. अश्रू हरवून बसलेली. बापाच्या प्रतिज्ञेपायी त्याने अश्रूचे वरदान गमावले. पण तरी नवल असे की बापाचे सर्व

त्याच्या वारसांना देण्याची त्याची सवय मात्र शेवटपर्यंत सुटली नाही. शेवटी राहिले ते ज्ञान. राजधर्माचे विवरण संपवून भीष्म युधिष्ठिराला म्हणाला, ''माझा पिता शंतनू याने मला हा राजधर्म सांगितला होता. तो मी तुला सांगितला आहे.'' तेवढाच वारसा त्याच्याजवळ शिल्लक होता. तो कुरुवंशाच्या त्या वारसाला देऊन भीष्म पूर्ण रिता झाला. कृष्णाच्या दर्शनाची धन्यता त्या ऋणप्रदानात अनुभवीत भीष्माने देह ठेवला. भीष्माचे अतिदीर्घ जीवन, त्याचा तो तितकाच रेंगाळणारा मृत्यू, त्याची सतत खाली असणारी मान, त्याची ती सतत दुसऱ्यांची दुःखे पाहून हळहळणारी कोरडी नजर, रागाचे उद्गार आलेच तर ते केवळ सुकलेल्या पानांच्या सळसळीसारखे—या साऱ्या गोष्टी विशीर्णतेच्या द्योतक आहेत. भीष्माच्या रूपाने अश्रू हरवल्यानंतरची एक अननुभूत अवस्था व्यासाने रेखाटली आहे. पराशराच्या स्खलनाने झाले नाही, शंततूच्या निर्लज्ज कामवासनेने झाले नाही, ते सारे भीष्माच्या निखोड, असूयारहित वृत्तीतून उद्भवावे हे किती विचित्र! त्याच्या ब्रह्मचर्यातून, व्रतनिष्ठेतून विचित्रवीर्याची व्यंग असलेली संतती नियोगपद्धतीने निर्माण व्हावी आणि त्या व्यंगाने पुढल्या सर्व अघोर घटनांना तेवढा जन्म द्यावा, हेही किती विलक्षण!

पहिल्या पिढीत अंधत्व, अपमृत्यू, तर दुसरीत विलक्षण विरोधी गुणदोष निर्माण होऊन सारे महाभाग व खलपुरुष एका पातळीवर यावे, हा संकेत मागे जाता जाता फक्त भीष्मालाच येऊन भिडतो. प्रत्यक्ष जन्मदाते सुटतात, पण पालक मात्र सारे भोक्तृत्व मुकाट्याने भोगीत राहतो. प्राचीन भारतीय वाङ्मयात संततीची आवड सर्व मानवी कामनांत प्रधान आहे. मुले, नातवंडे यांच्यावरच गृहस्थाश्रमाचे श्रेय आधारलेले आहे. पण नवल असे की, प्राचीन वाङ्मयाच्या अफाट संसारात आजोबा-नातवंडांच्या प्रेमप्रसंगांचा तर राहोच पण कुणा विशिष्ट तऱ्हेच्या पितामहाचा उल्लेखही नाही. भीष्म हा एकच एक पितामह आहे. आणि तोही गुणांनी झालेला पितामह आहे, संसारी परंपरेने नव्हे. भीष्माने मुलगा म्हणून, भाऊ म्हणून, चुलता म्हणून, आजोबा म्हणून नात्याची बूज जशी राखली तशी कुणीच राखलेली नाही. आणि तरीही विशीर्णतेच्या दैवगतीने बांधला गेल्यामुळे व्यासाला त्याच्या प्रत्येक कृतीला ताजा रंग वापरता आला नाही. सारंग उडालेली, क्वचित इथेतिथे शकले उडालेली प्राचीन कलाकृती असावी तशीच ही भीष्माची आकृती व्यासाने राहू दिली आहे. या रंग उडालेल्या, अबोल पण जाणीव परिपूर्ण असलेल्या पितामहाभोवतीच युद्धाच्या धुमाळीत रंगरेषांनी सजलेल्या साऱ्या आकृती फिरताहेत. म्हणूनच युद्ध पूर्ण होईपर्यंत भीष्म मेला नाही. नाना तऱ्हेची नीतितत्त्वेही इतक्या प्रदीर्घपणे त्याच्या तोंडून वदवण्याचा व्यासाचा हेतू हाच असावा की, मूळचा आकृतिबंध तसाच कायम राहावा. त्याचा तोल ढळू नये. उद्दाम, उच्छृंखल, अनिर्बंध, स्खलित असे जे जे काही असेल ते ते सारे समपातळीवर यावे. हा तोल राखण्यासाठीच ही सारी लांबण. भीष्म गेला. युधिष्ठिर राजा झाला. ती विशीर्णता गेली आणि तिच्याबरोबरच युद्धामुळे उत्पन्न झालेला ताण गेला. आणि महाभारताच्या नाट्यालाही उतरण लागली.

९ माणसांत विरलेला माणूस

महाभारतात सत्याचे दैनंदिन नीतितत्त्व द्रौपदी क्षणाच्या उद्वेगात बोलून जाते. पण ते आव्हान चार पुरुषांना चार तऱ्हांनी साकारून दाखवावे लागते. कृष्ण अर्धपार्थिव, अर्धदैवी स्वरूपात तत्त्वज्ञान त्याच्या उलगड्यापायी खर्ची चालतो. युधिष्ठिर भावनांचे गोते खात खात शेवटी त्याच्याजवळ जातो. भीष्म अधिकच मुका होऊन युद्धाच्या ज्वालेत स्वत: होरपळत असता भूतकाळाचा आधार घेत घेत पारंपरिक अध्यात्म व व्यवहार यांत अंतर्धान पावतो. त्या गूढ प्रश्नाभोवती तो नुसता गिरक्याच घेत राहतो. विदुर ते मनोमन जाणतो. पण त्याचा पेशाच इतका लीन की, परंपरा त्याच्या जाणिवेला वाचा फुटू देत नाही. विदुराच्या या मर्यादेच्या जाणिवेतच ते अर्धस्फुट सत्य क्वचित कधी निरखून पाहणारालाच काय ते दिसते. गवती फुलाचे विकसन असावे, तसेच विदुराच्या मनाचे विकसन व्यासाने दाखवले आहे.

विदुरही पंडित आहे. नुसता पंडितच नव्हे, तर म्हणे महापंडित आहे. त्याची वाणी महाभारतात ऐसपैस पसरली आहे. पण तिचे जड अवडंबर झाले नाही. वाऱ्याच्या झुळकांप्रमाणे ती अधूनमधून येते. कोंडलेले वातावरण स्वच्छ, खेळते करून निघून जाते. विदुर स्वच्छंदी आहे, पण स्वैर नाही. विदुर नियमांचा भोक्ता आहे, पण दास नाही. जिथे विदुर येतो तिथे प्रसन्नता येते. जिथे विदुर येतो तिथे आत्मपरीक्षण करणारे स्वच्छ मन येते. जिथे विदुर येतो तिथे दिलासा येतो. कारण विदुर हे सत्ताविहीन चांगुलपणाचे प्रतीक आहे. भीष्माचा भलेपणा उग्र होता. युयुत्सुचा संन्यास असावा तसा.

त्याच्या चांगुलपणाची प्रतिक्रियाही तितकीच उग्र होती. परंतु विदुराचा चांगुलपणा हा केवळ भलेपणाच होता. तिथे सत्ता नव्हती. पद नव्हते. ऐश्वर्य नव्हते. आणि तरीही ज्यांच्या हाती सत्ता आहे त्यांना विदुरापुढे आपण दुबळे आहो याची जाणीव सतत होती. विशुद्ध चांगुलपणात किती तेज असते त्याचे विदुर हे उत्तम उदाहरण आहे.

धृतराष्ट्र, पंडू आणि विदुर तिघेही भाऊ. पण तिघांच्याही भौतिक नियतीत काहीतरी

उणे राहून गेलेले. पहिले दोघे राण्यांचे मुलगे म्हणून राजपुत्र; आणि विदुर दासीचा मुलगा म्हणून मागे मागे असलेला परंतु राजपरिवारात वाढलेला. या तिघांपैकी शारीरिक दृष्ट्या अव्यंग तोच. अपंग माणूस हा सत्ता असो, धन असो, पुत्रपौत्र असोत, मनातल्या मनात कसा झुरत असतो, ते धृतराष्ट्राच्या रूपाने व्यासाने दाखवले. पण विदुराला जीवनात नीच स्थान असले तरी शारीरिक आणि मानसिक सामर्थ्य भरपूर आहे. मात्र त्याचा पेशा क्षत्रियाचा नाही. तो ब्राह्मणपुत्र आहे, परंतु ब्राह्मण नाही. त्याची जागा सूत, चारण, मागध यांच्याच तऱ्हेची आहे. पण विदुर नुसता आश्रित नव्हता. त्याच्यात प्रज्ञा होती आणि कमालीची सदिच्छा भरलेली होती.

मुळातच ते राजकुळ भंगलेले होते. पंडूचे कुटुंब तर पहिल्यापासूनच बाहेर राहिले. तरीही पांडवांची राज्यावरची सत्ता सर्वांना मनोमनी भासत होती. काहींची मने त्यामुळे धास्तावत होती, गांजत होती. तर काहींच्या मनांत आशेचे नवांकुर त्यामुळे फुटत होते. भीष्म व विदुर हे दोघे नव्या क्षितिजाकडे आशेने बघणारे होते. कारण दोघांनाही दुर्योधनाबद्दलचा उपजतच तिटकारा होता. दुयोधन जन्मला त्या वेळी म्हणे गाढवासारखा ओरडला. हा आवाज अशुभ. तो ऐकून विदुराने धृतराष्ट्राला ''तू या मुलाचा त्याग कर'' म्हणून सांगितले. पण पुत्रस्नेहाने धृतराष्ट्राने ते म्हणणे ऐकले नाही. विदुर कधी कुणाला टोचून बोलणारा नव्हे. पण कधीकधी धृतराष्ट्राच्या आणि त्याच्या संवादात ही संतापाची वाफ बाहेर पडे आणि विदुर त्याला आपले म्हणणे न मानल्याबद्दल या बाबतीत ठपका देई.

धृतराष्ट्र तो अपमान गिळून म्हणे, ''बापाचे हृदय, बाबा रे, बापाचे हृदय असेच असते.'' यावर मात्र विदुराला काही उत्तर सुचत नसे. तो गप्प बसे किंवा विषयांतर करी. निर्वाणीच्या वेळी तो गप्प राही. कारण अशा वेळी बोलणे म्हणणे वितंडवाद घालणे. त्याचे तर विदुराला वावडे. जराही अतिरिक्त, अनाठायी आणि नको असेल त्या ठिकाणी आपण होऊन बोलणे हा त्याचा स्वभावच नव्हे. विदुर हा डोळे उघडे ठेवून बघणारा होता. युद्धाचे क्षेत्र त्याला वर्ज्य होते. त्यामुळे त्याच्या क्रियाशीलतेला मुळातच मर्यादा पडल्या होत्या. जे होईल ते पाहायचे, नित्य नवे ज्ञान गोळा करायचे, असा त्याचा परिपाठ. मात्र हे ज्ञान व्यवहाराच्या पातळीला सोडून नव्हते. रोकड्या गजबजलेल्या व्यवहारावर निखालस नीती घासून पाहणारा विदुर हा एकच एक प्रयोगी आहे. युधिष्ठिरालाही हा छंद होता; परंतु त्या प्रयोगात त्याला स्वतःच्या दुःखी अनुभवांनी गती प्राप्त करून दिली. विदुराचे तसे नव्हते. त्याला स्वार्थ नाही. विदुर संसारी असला तरी त्याच्या वैयक्तिक जीवनाला महाभारतात कुठेच स्थान नाही.

धृतराष्ट्र अंध असल्याने हा समवयस्क भाऊ त्याचा मंत्री झाला. अंधाची कुचेष्टा करणारा तो नव्हता, म्हणूनच धृतराष्ट्र त्याच्यावर जास्त विसंबून राही. विदुराची बुद्धी चोखंदळ आहे. सत्य सांगायला तो कचरत नाही. तरी पण ते सत्य सांगताना एक प्रकारची खंत त्याच्या मनाला सतत वाटत राहते. किंबहुना, अप्रिय पण पथ्यकर सांगण्याची वेळ

येणे हाच मोठा दुर्दैवविपाक आहे ही त्याची मनोमन खात्री पटलेली असते. सर्व काही दैवाधीन आहे या निराशेने तोही ग्रासलेला असतो आणि म्हणूनच कर्तव्यमय नीतीला तो अतिशय तत्परतेने जपतो.

विदुर हा राजपुरुष आहे. अती आदर्श असा राजपुरुष आहे. थोरपणाचे मर्म म्हणूनच तो जाणतो. त्या गुंतागुंतीने भरलेल्या राजघराण्यात अत्यंत सावध राहून, कुणालाही न दुखवता विदुर साऱ्यांना योग्य तो सल्ला देतो. या परिस्थितीत श्रेष्ठ मूल्यांशी त्याने कधीही तडजोड केली नाही, हाच त्याचा विशेष. नैसर्गिक प्रेमळपणा व चाणाक्षपणा हे एकाच वृत्तीचे भिन्न आविष्कार आहेत, हे विदुराने ओळखले होते. आणि कितीही आणीबाणीचा प्रसंग येवो, कितीही कटू अनुभव येवो, आपल्या मनाचा समतोलपणा विदुराने कधी बिघडू दिला नाही.

विदुर हा पारंपरिक पांडित्याचे उत्तम प्रतीक आहे. परंतु हे पांडित्य मर्यादित कक्षेतले आहे. विदुर शूद्र आहे. राजबंधू झाला तरी परंपरेने ज्ञानाची जी पायरी ठरवली तिचे उल्लंघन करण्याचे माणसाला प्रयोजन पडते हे विदुराला जाणवणे शक्यच नव्हते. त्याच्या ज्ञानाची कक्षा ही व्यावहारिक आचारांच्या नीतीची कक्षा होती, सर्वसामान्य सुज्ञतेची होती. समदर्शी माणसाच्या नैसर्गिक प्रेरणेने तिला तेज मिळाले होते.

विदुराची वाणी व्यासाने अतिशय योजकपणाने वापरली आहे. वास्तविक विदुराची वाणी म्हणजे काय? तर सुभाषिते व म्हणी यांची भली मोठी गुंफणावळ. विदुर स्पष्टपणे म्हणतोच की, शहाण्या माणसाने सतत सुभाषितांचा संग्रह करावा. ज्या माणसाचा हा साठा मोठा, त्याला समाजात प्रतिष्ठा होती हे का सांगायला हवे? परंतु व्यास विदुराला सुभाषिते मनमुराद पेरणारे यंत्र बनवीत नाही. विदुरनीतीने महाभारतात भरपूर जागा अडवली आहे. परतु तरीही महाभारतातल्या नाट्यात ती इतकी खुबीने आणली आहे की, गीतेप्रमाणेच तिचेही अस्तित्व आवश्यक ठरते. परंतु तिचे अंतरंग मात्र गीतेहून पुष्कळच वेगळे आहे, गीतेच्या वापराप्रमाणेच संभ्रमित श्रोत्याला आश्वासन देण्यासाठी तिचा वापर झालेला आहे. मात्र गीतेचे ध्येय युद्धकर्म तर विदुरनीतीचे ध्येय सार्वकालीन शांतिमय जीवन हे आहे. गीता अर्जुनाला आशेचे स्फुरण देते; तर विदुरवाणी भगहृदय धृतराष्ट्राला, स्वतःच्या मूर्खपणाचा परिपाकही शांतपणे सहन करता येतो, एवढेच नव्हे तर हा अनुतापविधी समृद्ध तपश्चर्येचाच एक भाग असतो, हे दाखवून देण्यासाठी महाभारतात आलेली आहे. अर्जुनाला गीता पेलली की नाही हा अनुगीतेमुळे चर्चेचा विषय होऊ शकतो. विदुराचे शहाणपणाचे बोल धृतराष्ट्राने पहिल्याने धुडकावून लावले. परंतु अखेर चहूकडून विनाश गिळायला उठला तेव्हा विदुराचे बोलणे हाच धृतराष्ट्राचा आधार झाला. कृष्ण आणि अर्जुन दोघे दूरदूर राहू लागले. अंताच्या वेळी कृष्णा एकाकी राहिला. पण धृतराष्ट्र आणि विदुर मात्र बरोबर राहिले. त्यांचा अंतही बरोबरच झाला. धृतराष्ट्राचा शोक अगदी विझून त्याच्या हृदयाचा गाभा शांतीने भरून गेलेला अखेर विदुराने पाहिला. हीच विदुराच्या जीवनाची सांगता

होती. एका राजाच्या जीवनाबरोबर या राजपुरुषाचे जीवन व्यतीत झाले. त्याच्याबरोबरच ते संपले. परंतु विदुराचा विशेष हा की, तिथेच ते संपले नाही. इतरांप्रमाणे ते जीवन शेवटचा श्वास थांबल्याने मिटले नाही. बी मातीत रुजू घालावी व मातीनेच झाकली जावी त्या तऱ्हेने विदुराचा शेवट झाला. महाभारतातल्या सर्व अंतांत हा अंत अत्यंत विलोभनीय असा आहे. मृत्यू भयकारी नाही, असे सारीच तत्त्वज्ञाने सांगतात. परंतु आनंदपर्यवसायी मृत्यूचे उदाहरण मात्र फार दुर्मिळ. किंबहुना, विदुराशिवाय असा मृत्यू मला अजून कुठे वाचलेला आठवत नाही.

धृतराष्ट्र व गांधारी यांच्या समवेत विदुर वनात तप करीत असतो. इतरांचे मृत्यू समाधीत किंवा नैसर्गिकरीत्या घडून येतात. परतु युधिष्ठिराला पाहून विदुराला आनंदाचे भरते येते. या आनंदाने त्याच्या वृत्ती बहरून जातात. या आनंदात भक्तीचा उमाळा नाही. कारण युधिष्ठिर विदुराला पितृतुल्य समजे. विदुराचे वर्णन युधिष्ठिराने असे केले आहे की, ''विदुर हा भक्त आहे. हा गुरू आहे. हा पालक आहे. पिता आहे. माता आहे. हा सखा आहे. अगाध बुद्धीचा आहे. दीर्घ दृष्टी असलेला आहे.'' याशिवाय विदुराने आपल्यावर आईच्या ममतेने प्रेम केले, याचीही आठवण युधिष्ठिराला नेहमी येई. युधिष्ठिर व विदुर यांच्यांत एक दृढ प्रेमबंधन व्यासाने निर्माण केले आहे. कृष्ण आणि अर्जुन यांच्या संबंधांचा त्याने खूपच गौरव केला आहे, तशा तऱ्हेचा गौरव यांच्या संबंधांचा केला नाही. कृष्ण आणि अर्जुन हे एकमेकांचे हृदय होते. तसे या दोघांचे नव्हते. कारण या दोघांत समवयस्कता नव्हती. एका पिढीचे अंतर होते. या अंतराची जपणूक व्यासाने केली आहे. परंतु हे करताना दोन समानधर्मी मनांना शेवटी एकरूप करण्याचे अपूर्व कौशल्यही त्याने दाखवले आहे. आणि हे अत्यंत सहजपणे घडलेले त्याने दाखवले आहे. हा सहजपणा व्यासाच्याच कलामयतेला काय तो पेलू शकतो.

युधिष्ठिर आणि विदुर यांच्या समविचारांचे अनेक संदर्भ महाभारतात आहेत. युद्धापूर्वी युधिष्ठिराने ''मी समेटाचे बोलणे करायला येतो'' असा निरोप संजयाबरोबर धृतराष्ट्राला पाठवला. संजयानेही ''साप जीर्ण दुबळी कात टाकतो त्याप्रमाणे तो अजातशत्रू तुझ्या बाबतीत पाप टाकून गोडवा ठेवून वागतो. तू पण मोठे मन ठेवून पांडवांशी समेट कर. मूढपणाने वागू नको. सकाळी युधिष्ठिराशी बोलणे कर. युद्धातल्या प्राणहानीचे पाप तुझ्या माथी बसेल हे विसरू नको.'' असे धृतराष्ट्राला म्हटले.

रात्री धृतराष्ट्राला झोप येईना. त्याने विदुराला बोलावणे पाठवले. ''मला झोप येत नाही,'' तो म्हणाला.

विदुर म्हणाला, ''तुझ्या मनात वाईट विचार तर नाहीत? त्यांनीच झोप उडते. तुला परद्रव्याचा लोभ तर सुटला नाही? कर्ण, दु:शासन, शकुनी, दुर्योधन यांच्या हाती कारभार सोपवून यशाची इच्छा कसली करतोस?''

रात्र वाढत होती. हा टोला धृतराष्ट्राला लागला. तो गप्प बसला. जेव्हा जेव्हा विदुर

शहाणपणा शिकवी तेव्हा तेव्हा माघार घ्यायची हे धृतराष्ट्राच्या अंगवळणीच जणू पडले होते. पण आजची रात्र ही विदुराच्या दृष्टीने फार वेगळी रात्र होती. इथेच युद्धाचा पाया पडायचा होता, किंवा शांतीचा. विदुराचे मनही प्रक्षुब्धच होते. शहाणा कोण, मूर्ख कोण, इथपासून सुरुवात करून व्यावहारिक नीतीची जी सारी अंगे त्याला माहीत होती, ती त्याने सुसंगती-विसंगतीचा विचार न करता एकामागून एक बोलून टाकली. न जाणो, त्यातला कुठला एक अंश जरी गळला, तरी तेवढेच आपण या आंधळ्याला, या आपल्या दुबळ्या राजाला, वडील भावाला सांगितले नाही, असे व्हायला नको. आणि ह्या साऱ्या पारंपरिक सुभाषिताच्या स्वरूपातल्या तत्त्वज्ञानाचे त्याने तल्लीन होऊन निरूपण केले.

पण यातही एक भाग विदुराच्या व्यक्तिमत्त्वाचे दिग्दर्शन करणारा आहे. युधिष्ठिरातही नेमके हेच वैशिष्ट्य आढळते. दोघांच्या जीवनांतील भूमिका मात्र वेगळ्या. हे साम्य म्हणजे विदुराने केलेले क्षमेचे विवेचन. तो म्हणतो, ''क्षमावंतांचा एकच दोष. लोक त्यांना दुबळे म्हणतात. पण हा दोष समजू नये. क्षमा अशक्तांचा गुण आणि समर्थांचे भूषण आहे. क्षमेत वशीकरणाचे सामर्थ्य असते. क्षमेने काय मिळत नाही? ज्याच्या हाती शांतीचे खड्ग आहे तो काय करू शकत नाही?'' युधिष्ठिराने द्रौपदीला उद्देशून केलेल्या क्षमेवरच्या भाष्यासारखेच हे क्षमासूत्र तंतोतंत आहे. दोघांचेही पालुपद एकच : ''गवत नसलेल्या जागी अग्नी पडला तर तो आपोआपच विझतो.''

कृष्णशिष्टाईच्या अगोदर दुर्योधनाचा युद्ध करण्याचा निश्चय आणि धृतराष्ट्राचा भीमाबद्दलचा द्वेष लक्षात घेऊनही विदुर आपले युद्धाबद्दलचे मत व्यक्त करतो. तो म्हणतो, ''दोघे युद्ध करताना त्यांतला एक मेला तरी जय होत नाही,'' हे वचनही ''युद्धात काय चांगले आहे?'' या युधिष्ठिराच्या उक्तीशी मिळतेजुळतेच आहे.

युद्ध संपल्यानंतर युधिष्ठिराला विरक्ती आली आणि त्याने वनात तपाला जाण्याचा हेका धरला. त्या वेळी अर्जुनाने व भीमाने धर्माहून अर्थ व काम हे राजाला किती आवश्यक आहे ते सांगितले. त्या भावांत तुमुल वादविवाद झाला. त्या वेळी विदुराला जरी युधिष्ठिराने राज्यत्याग करून वनात जावे असे वाटले नाही, तरी त्याने धर्मालाच सर्वश्रेष्ठ स्थान दिले व म्हटले, ''राजा, धर्म हा सर्वांत श्रेष्ठ गुण आहे. अर्थ मध्यम आहे आणि काम हा लहान आहे.'' भीमाचे समाधान त्यामुळे झाले नाही हे खरे. परंतु विदुरालाही युधिष्ठिराने राज्य सोडून निघून जावे हे आवडलेले नाही हे त्याने ताडले. विदुराला अडवून युधिष्ठिराला आपल्या मताप्रमाणे वागायला लावायचा निश्चयच त्याने केला होता. सरळहृदयी भीम प्रथमच काव्यमय वाणी बोलला. तो म्हणाला, ''फुलात मध तसा माणसात काम आहे. काम हा धर्मार्थयोनी आहे. ज्याला काम नाही तो अर्थाची इच्छा करणार नाही. ज्याला काम नाही तो धर्माची वासना धरणार नाही. म्हणूनच काम महत्त्वाचा आहे. वाणी, शेतकरी, गवळी, सुतार, शिंपी, भिक्षुक—सारे सारे कामामुळे कर्माला प्रवृत्त झाले आहेत.''

भीमाचा मुद्दा खोडून टाकणे कठीण होते, विदुराने धर्माचे विवरण अधिक तपशिलात जाऊन करण्याचे मुद्दाम टाळले. कारण आपण शूद्र आहो, अध्यात्मविद्येच्या उद्गानाचा हक्क आपल्याला नाही, हे त्याने मागे धृतराष्ट्राला स्पष्ट सांगितले होते. सुभाषिते, म्हणी, दृष्टान्त यांच्या द्वारा नाना तऱ्हेच्या आचारधर्माचा ऊहापोह विदुराने केला आणि त्यामुळे धृतराष्ट्र अतिशय संतुष्ट झाला. ''मला तू आणखी गहन धर्मतत्त्व सांग.'' असे तो विदुराला म्हणाला. तेव्हा विदुराने उत्तर दिले, ''मी शूद्र आहे. सांगितले त्याहून अधिक सांगण्याचा हक्क मला नाही.'' आणि त्याने सनत्सुजाताला बोलावून त्याच्याकडून अध्यात्मविद्येचे निरूपण करवले. मात्र आताची वेळ वेगळी होती. इथे युधिष्ठिरानेच निर्णय घ्यायचा होता, आणि त्याने तो घेतला पण. 'काम' जीवनाचे मूळ असला तरी जीवनाचे ध्येय मोक्षच असतो, हे तत्त्व युधिष्ठिराने उच्चारले. कामाच्या स्थानाबद्दल दोघा भावांचा समेट झाला. धर्माच्या उच्चतर स्थानाबद्दलही आता मतभेद राहिला नाही. आणि ''तू म्हणशील तसे मी करीन.'' असे युधिष्ठिराने भीमाला सांगितले.

असा हा विदुर मनाने युधिष्ठिराच्या सतत जवळच राहिला. आणि अखेर देहपाताची वेळ आली, तेव्हा युधिष्ठिराच्या तोंडाकडे एकाग्र मनाने पाहत, त्याच्या नजरेत आपली नजर स्थिर करून, त्याचे व आपले मन एक झाले असे पाहून, विदुराने आपले प्राण युधिष्ठिरात विसर्जन केले. वनस्पती प्रकाशाकडे झुकते, तसा विदुर युधिष्ठिराकडे आपोआप झुकला. एकही शब्द न उचारता हे प्राणमीलन झाले. एका ज्योतीत दुसरी ज्योत मिळणे जितके स्वाभाविक व प्रशस्त, तितकेच हे दोन जिवांचे अभंग ऐक्य होते. भक्त ईश्वरात लीन होतो; प्रेमिक एकमेकांत विरून जातात; ध्येयात व्यक्ती विलीन होते; या घटना सवंग नसल्या तरी अपरिचित नाहीत. परंतु विदुराचे मरण हे मृत्यूतल्या शांतीचे एकमेव प्रतीक दाखवण्यात व्यासाने जी जाण दाखवली आहे, तिला जोड नाही. स्वतःच्या अस्तित्वाची अस्पष्टशी खूणही मागे न राहता आपण मरावे, अशी विदुराची मनीषा असावी. कारण दुर्योधनाला उपदेश करताना पण धृतराष्ट्राला अनुलक्षून विदुर म्हणतो, ''पक्ष्याची पावले आकाशात दिसत नाहीत. प्रज्ञावान मुनीची पावले भूमीवर दिसत नाहीत.''

त्या प्रसंगी दांत पुरुषाची लक्षणे विदुराने पाल्हाळाने वर्णन केली. इतर पारंपरिक नीती त्याने पाल्हाळाने सांगितली, तशीच. परंतु हा पारंपरिक दृष्टान्त आपल्या जीवनात अशा विलक्षण तऱ्हेने साकार होईल, असे विदुराला वाटले असेल काय? अमूर्त कामनेला त्याच्या मरणानेच असा अभिनव घाट दिला. या मानवताप्रेमी सरलहृदयी विदुराचे विसर्जन मानवातच व्हावे हे भाग्य किती विलक्षण आणि प्रेरक आहे! संपूर्णपणे मानवमय झालेला संत विदुराशिवाय अन्य कोण आहे? अध्यात्माचा काथ्याकूट न करता सनातन आचारमय नीतीला विदुराने ब्रह्मज्ञानाहून भूषवले. मानवप्रणीत सनातन सदाचार जीवनाइतकाच विशाल आणि कालातीत आहे. मृत्यूइतकाच कालातीत आणि गूढ आहे. आणि गूढ

असला तरी अंत:करणाच्या सरळ प्रेरणांनी तो माणसाला साध्य करून घेण्यासारखा आहे. ही माणसातली अबोल श्रद्धा विदुराने प्रत्यक्षात अनुभवली आणि तिचे द्वार मानवतेला खुले करून दिले. मानवाचे मूळ माणूस आणि ध्येयही माणूसच. हेच विदुराच्या जीवनाचे सार आहे.

१०

कामिनी

महाभारतात तडफडणाऱ्या मनांना तोटा नाही. जीवजंतूंच्या अंगोपांगांतून आरपार जाणारे, जीवनाच्या सर्व क्षितिजांना समभावाने स्पर्श करणारे, सुख आणि दुःख एकाच कवेत धरणारे, नियतीचे उग्रमधुर भान व्यासाने आरंभापासून तो अखेरपर्यंत सतत खेळते ठेवले आहे. परंतु या भानाचे मूर्त स्वरूपही एका व्यक्तिमत्त्वात ओतून त्यातून स्त्रीजातीचे सनातन तेज आणि दौर्बल्य त्याने द्रौपदीच्या रूपाने मनोज्ञतेने रेखाटले आहे. प्रीती आणि रती, भक्ती आणि मैत्री, संयम आणि आसक्ती या भावनांच्या द्वंद्वातला सूक्ष्म तोल द्रौपदीच्या व्यक्तिमत्त्वात जसा आढळून येतो तसा अन्य कोणत्याही पौराणिक स्त्रीत मला आढळत नाही. आणि म्हणूनच द्रौपदीचे मन हे एक अतिशय स्फुरणारे मन आहे. त्यात विलक्षण पाशवी चैतन्य आहे. अनाकलनीय बुद्धिमत्ता आहे. आणि अतिशय शुद्ध वासनांची कमालीची उत्कटता आहे. इतकी की, ती पुष्कळदा प्रचंड प्रक्षोभाचेही रूप घेते. आणि म्हणूनच द्रौपदीच्या मनाचे तडफडणे हे भारतातल्या विलक्षण सुंदर अशांततेचा मूलस्रोत आहे.

या अशांततेला नितान्तसुंदर रमणीदेहात व्यासाने लपेटले आहे. तिच्या विपुल, काळ्या, कुरळ्या केसांच्या लाटांप्रमाणेच क्रोधाच्या अथांग लहरीही त्याने तिच्या भोवती फिरत ठेवल्या आहेत. द्रौपदीचे व्यक्तिमत्त्व त्यामुळे काही वेगळेच झाले आहे. वाऱ्याच्या झोतामुळे फडफडणाऱ्या ज्योतीसारखी ती वाटते. किंबहुना, वारा आहे तोवर फडफडत तेवणारी आणि संकटाचा वारा ओसरल्यावर विझून शांत झालेली द्रौपदी माझ्या डोळ्यांसमोर उभी राहते. द्रौपदीचा जन्म-तो यज्ञज्वालेतला जन्मच-तिच्या सबंध व्यक्तिमत्त्वाचे प्रतीक आहे. भीष्माच्या अंताच्या दैवी योजनेत शिखंडीप्रमाणे द्रौपदीही तितकीच महत्त्वाची आहे. तिचा जन्म भोगासाठी नसून जळण्यासाठी आणि जाळण्यासाठीच झालेला आहे. तरी पण द्रौपदी केवळ दैवी शक्तीचे मानवी प्रतीक नाही. ती संपूर्ण मानवी आहे. उत्कट, विराट आणि प्राकृतिक स्त्रीत्वाचा आविष्कार

द्रौपदीसारखा अन्यत्र मिळणे कठीण.

ही याज्ञसेनी सुंदर आहे. महाभारतातल्या साऱ्याच नायिका सुंदर आहेत. उर्वशी, देवयानी, शर्मिष्ठा, शकुंतला, दमयंती, तपती, सत्यवती, कुंती, गांधारी, सुभद्रा यांतली कोणती स्त्री तिच्या सौंदर्यासाठी प्रसिद्ध नव्हती? त्या साऱ्यांच्या सौंदर्याचा परामर्श व्यासाने घेतलेला आहे. तरी पण यांच्या सौंदर्याहून द्रौपदीचे सौंदर्य केवळ अलौकिक असे आहे. कुंतीच्या सौंदर्यापासून सुभद्रेचे सौंदर्य वेगळे काढता येत नाही. शकुंतला आणि तपती या संगमोत्सुक कुमारिकांच्या सौंदर्याचा आविर्भाव व्यासाला सारखाच दिसला. या स्त्रियांतल्या सौंदर्याचे वेगळेपण व्यासाला वेगळे काढता आले नाही. सौंदर्य एक-त्याला मिळालेले देहांचे आकार व विभ्रम तेवढे वेगळे. हे विभ्रम तात्कालिक व त्या त्या ठिकाणीच भासमान झाले. प्रियकराच्या सहवासातच त्या सौंदर्याची सफलता होती, परिणती होती. त्या क्षेत्राबाहेर त्या सौंदर्याचे प्रयोजनही नव्हते. परंतु द्रौपदीचे सौंदर्य व्यासाने एका विलक्षण अनुभूतीच्या भानात निर्माण केले आहे. द्रौपदीची भूमिका ही प्रधान भूमिका आहे, या जाणिवेतून तिची आकृती निर्माण झालेली नाही. किंबहुना, तिच्या प्रधान भूमिकेचा आणि सौंदर्याचा संबंधही फारसा घनिष्ठ नाही, जसा तो सीतेचा आहे. सीतेच्या रूपामुळेच रामायणातला संघर्ष उत्पन्न झाला. परंतु द्रौपदीच्या सौंदर्यामुळे महाभारतातल्या विग्रहाला चालना मिळालेली नाही. द्रौपदी हा त्या संघर्षाचा केंद्रबिंदू नव्हता, तर राजसत्ता हा होता.

महाभारतातले नाट्य भाऊबंदकीच्या द्वेषातून निघालेले आहे; नायिकेसाठी झालेल्या स्पर्धेतून नव्हे. द्रौपदीच्या जीवनात स्पर्धा नाही, असे थोडेच आहे? स्वयंवरात स्पर्धा होतीच. भावाभावांनी एक द्रौपदी वाटून घेतली, त्याच्या मुळाशी कुंतीच्या आज्ञेहूनही, ती एकाला मिळाल्यास इतरांचे स्वास्थ जाईल, भावांचा एकोपा मोडेल, तसे होऊ नये, हाच हेतू गर्भित होता. जयद्रथ, कीचक, वगैरेंच्या वागणुकीतही स्पर्धेहून आणखी काय आहे? परंतु स्पर्धा ही द्रौपदीच्या जीवनातही केंद्रबिंदू झालेली नाही; मग ती महाभारताचा केंद्रबिंदू कशी होणार? सभेतल्या द्रौपदीच्या विटंबनेने स्वयंवराच्या प्रसंगापासून तो राजसूययज्ञापर्यंत स्पर्धेची भुलावण कायम ठेवली. आणि नंतर सभेत तिला रजस्वला असताना आणून त्या स्पर्धेच्या नाट्याला उपनाट्याचे स्वरूप आणले. जयद्रथ आणि कीचक नसते,, तर हे उपनाट्य नीरस झाले असते. कृष्ण नसता तर स्पर्धांतील स्पृहेचे कमनीय स्वरूप प्रकट झाले नसते.

द्रौपदीच्या सौंदर्याचा घाटच मुळी वेगळा आहे. रंगही निराळा आहे. इतर नायिका गोऱ्या रंगाच्या. कुणी गुलाबी कमळासारख्या, कुणी पांढऱ्या कमळासारख्या, तर कुणी पिवळ्या कमळासारख्या. परंतु याज्ञसेनीचे सारेच न्यारे. भारतीय श्यामवर्णी सौंदर्याची ती परिसीमा आहे. तिच्या रूपाचे मूळ शची आहे. आणि केवळ रूपराशी हेच शचीचे वैशिष्ट्य आहे. इंद्राणीचे हे पार्थिव रूप नीलमण्याची कांती घेऊन अवतरले. द्रौपदीचे डोळे

कमळाच्या पाकळीसारखे मोठाले आणि तेजस्वी आहेत. तिचे केस खूप मोठे, लांब आणि कुरळे आहेत. द्रौपदीच्या साऱ्या सौंदर्याचे रहस्य तिच्या शरीराच्या प्रमाणबद्धतेत आहे. ती उंच नाही, ठेंगणी नाही. किडकिडीत नाही, की लठ्ठ नाही. तेज आणि कोमलता तिच्या अंग-प्रत्यगांत भरलेली. तिचा प्रत्येक विभ्रम अतिविलोभनीय. जो कुणी तिच्याकडे पाहील तो तिच्यावर लुब्ध झाला नाही असे व्हायचेच नाही. द्रौपदीचे सैरंध्रीच्या वेशातले रूप पाहून सुदेष्णेने उद्गार काढले ते उल्लेखनीय आहेत. सुदेष्णा म्हणाली, ''बाई ग, तुला माझ्या घरात दासी म्हणून मी कशी ठेवून घेऊ? तुझ्यासारखे पराकाष्ठेचे मोहक लावण्य मी अजून कुठेही पाहिले नाही. तुला पाहून स्त्रियाही मोहित होतात तिथे पुरुषांची कथा काय? तू जर माझ्या नवऱ्याच्या दृष्टीस पडलीस, तर माझे इथले राणीपण संपलेच. तू चालू लाग कशी!''

अशी ही कामकलिका द्रौपदी जन्मत:च जळते आणि जाळते रूप घेऊन आलेली आहे. तिच्या भावनासंपन्न आणि उफाळणाऱ्या वृत्ती अतिशय गंभीर. तिची बुद्धी अतिशय चपळ आणि सुसंस्कृत. तिच्या वासना मुलायम पण प्राकृतिक. द्रौपदी कन्या किंवा कुमारी न दाखवता एकदम तरुणी दाखवताना व्यासाने स्त्रीच्या असंकीर्ण मत्त यौवनाचे एक उत्कृष्ट प्रतीक निर्माण केले आहे. द्रौपदीचे तारुण्य, तिच्या रूपाचा रम्यभीषण परिपाक हा तिच्या जीवनातून अलग करता येत नाही. जयद्रथवध हा या रूपविधानातला शेवटला उच्चबिंदू. त्यानंतर युद्ध होते. त्या युद्धात द्रौपदीला स्थानच नसते. युद्धात तिचे मुलगे मेले, तरी पुत्रवियोगाचे सारे शोकनाट्य व्यासाने सुभद्रेभोवती खेळते ठेवले. द्रौपदी नंतर नुसती राणी राहिली. आणि मग ते रूप प्रौढत्वाच्या, साफल्याच्या आवरणात व्यासाने कायमचे झाकून टाकले.

द्रौपदी मुळातच तरुणी. आणि त्यातही संगमोत्सुक. महाभारतातील साऱ्याच सुंदर नायिकाप्रमाणे. परंतु त्यांच्यापेक्षा द्रौपदीचा विशेष हा की, आपण पुरुषांवर छाप पाडू शकतो, हा स्त्रीसुलभ अभिमान तिच्या प्रत्येक कृतीतून या ना त्या तऱ्हेने प्रकट झालेला आढळतो. महामानी द्रौपदीच्या स्वभावाचा मध्यबिंदू हाच आहे. कोणत्या पुरुषाला आपल्याबद्दल काय वाटते, आणि त्याच्या आकर्षणाला दूर ठेवावे की जवळ करावे हा निर्णय अतिशय वेगाने ती घेऊ शकत असे. कर्णाला तिने एकदम नकार दिला. परंतु अर्जुनाने जिंकल्यावर आणि त्या वेळी तो दरिद्री ब्राह्मणपुत्र आहे हे माहीत असूनही तिने त्याला वरले. एवढेच नाही तर कुंतीचा बोल खरा करण्याचा केवळ योगायोग साधून तिने पाच पतींना वरण्यासही खुषी दाखविली. तारुण्य नसानसांतून वाहत होते आणि त्याला योग्य अशा वासनाही तिच्यात तेवत होत्या. पाच पतींची पतिव्रता जगात द्रौपदीहून दुसरी कुणी झाली नाही.

द्रौपदीचे पातिव्रत्य खोटे नाही. परंतु तिच्या वासना, तिच्या प्रणयभावना या अत्यंत स्वयंशासित होत्या. तीव्र चोखंदळ बुद्धी आणि प्राकृतिक वासना यांचा मेळ रूपगर्वितेच्या

बाबतीत घालायचा झाला, तर त्याला द्रौपदीइतके समर्पक प्रतीक दुसरे नाही. आणि म्हणूनच व्यासाने तिच्या प्रणयानुभवाच्या काही अत्यंत कोमल छटा केवळ सूचित करून कल्पनेवरच सोडून दिल्या वाहेत. जणू त्या गूढ नाट्याचा सविस्तर उल्लेख करायचा म्हणजे त्यातल्या आकर्षणाचा शतरंगी भाव हलका करून सोडायचा.

द्रौपदीचे पाच पती होते, यात अनेकांनी कुठल्या तरी प्रांतातल्या, कुठल्या तरी जातीच्या बहुपतित्वाच्या प्रथेचा उल्लेख करून त्याचा अन्वय लावण्याचा प्रयत्न केलेला आहे. परंतु मला तसे वाटत नाही. द्रौपदीच्या या अवस्थेचा अन्वय योगायोगाने जो महाभारतात आलेला आहे, त्यात मला एक विशिष्ट अभिप्राय दिसतो. अर्थात हा अभिप्रायही व्यासाने केवळ सुचवून सोडून दिलेला आहे. कुंती आणि द्रौपदी या सासवा-सुना; म्हणजे एकाच वंशाच्या वर्धनाची जबाबदारी असलेल्या दोन स्त्रिया. कुंतीला मिळालेल्या वरामुळे तिला देवांना कामपूर्तीसाठी बोलावणे सहजसाध्य झाले. परंपरेतल्या एका सुभाषितात ''द्रौपदी पाच जणांना काम्य झाली-आणि कुंतीपण.'' असे म्हटले आहे. अजाणताच या सुभाषिताने त्या दोघींतल्या मानसिक व दैहिक साधर्म्याचा उल्लेख केला आहे. त्या दोघींच्या मनाची जडणघडण या बाबतीत एकाच तऱ्हेची होती. कुंतीच्या अशा तऱ्हेने झालेल्या संततीच्या वंशाची जोपासना द्रौपदीसारखीकडूनच व्हावी, हा केवळ योगायोग नव्हे. हा एक अनुक्त संकेत व्यासाने, कुणाच्याही लक्षात सहसा येऊ नये अशा तऱ्हेने, वापरला असावा असे वाटते. कारण याच्यावर जरा जरी जोर दिला असता तरीदेखील कुंती आणि द्रौपदी यांच्या व्यक्तिमत्त्वातले समग्र सौंदर्य व औचित्य नष्ट झाले असते. आणि म्हणूनच कुंतीच्या भोवती सतत दु:ख त्याने फिरते ठेवले आणि द्रौपदीचा संभव इंद्राणीपासून आहे असे दाखवले. इंद्र अनेक, इंद्राणी एकच, हा पुरातन संकेत द्रोपदीच्या बाबतीत व्यासाने किती चतुरपणे वापरला आहे! पांडव कुंतीचे मुलगे होते, म्हणूच त्यांना द्रौपदीशी असे समान नाते जोडणे इष्ट वाटले व शक्यही झाले, हे तितकेच.

द्रौपदीच्या स्वभावातला हा सकामतेचा तंतू परंपरेत, तिचे मन कर्णावर गेले होते व शेवटपर्यंत ती त्याला विसरू शकली नाही, त्यामुळे शेवटी तिचा देहपात झाला आणि ती सदेह स्वर्गात जाऊ शकली नाही, अशा तऱ्हेने जतन केलेला आढळतो. जशी कृष्णाच्या बाबतीत तशीच द्रौपदीच्याही बाबतीत परंपरेने महाभारताहून एक स्वतंत्र व विशिष्ट दृष्टी बाळगलेली आहे. मात्र परंपरेने कृष्णाचे चरित्र समृद्ध केले, तितके द्रौपदीचे केले नाही. कर्णाच्या बाबतीतले तिचे दूषण, तिला कृष्णाची बहीण म्हणून परंपरेने भरून काढले आहे.

व्यासाने मात्र कृष्ण आणि द्रौपदी यांच्या नात्याला कोणताही विशिष्ट घाट दिला नसला, तरी त्यात एक अनामिक नाजूक रंग त्याने भरला आहे. ज्याप्रमाणे द्रौपदीच्या नीलमण्यासारख्या कांतीचे चित्र प्रत्यक्ष डोळ्यांपुढे उभे करता येत नाही, ते सारखे भासत राहते आणि इतरांपेक्षा ही कांती काही निराळी आहे असे सतत जाणवते, तसाच प्रकार या

दोघांच्या परस्पर आकर्षणाबद्दलचा आहे. भक्ती, प्रणय आणि सख्य या तिन्ही भावनांचे मिलन या आकर्षणात आढळून येते. द्रौपदी विवाहित आणि त्यातही आर्यधर्मानुसारी पतिव्रता असल्याने या नाट्याला एक वेगळीच पातळी येते. अत्यंत तलम पोताचे हे नाते आहे. तरी पण अती दृढ आणि तितकेच विलक्षण कोमल. या नात्यावर व्यासाने सुखाची नाजूक शिंपण केली आहे. कृष्णाच्या सान्निध्यात द्रौपदी आपोआप उमलते. आतल्या गाठीची ही स्त्री मनमोकळेपणे वागते. त्याच्याकडे झुकते. त्याच्यावर विसंबते. पांडवांप्रमाणेच. पण त्यांची बायको म्हणून नव्हे, तर कृष्णाची मैत्रीण म्हणून.

कृष्ण हा वास्तविक द्रौपदीचा दीर. वयाने अर्जुनाहून थोडा मोठा. ज्याला पांडव श्रेष्ठ समजून त्याच्या आज्ञेत वागत असत अशा या दिराशी नववधूची इतकी सलगी व्हावी ही घटना आश्चर्यकारक खरीच. लहान दिराशी असे नाते आपण समजू शकतो. लग्नापूर्वी तिचा आणि कृष्णाचा काही संबंध होता का? कशामुळे हे नाते निर्माण झाले? याचे उत्तर धूर्त व्यासाने दिलेले नाही. द्रौपदी आणि कृष्ण किंवा कृष्ण आणि कृष्णा यांच्या नात्याच्या उगमस्थलाबद्दल व्यासाने मुग्धता राखली आहे. द्रौपदीचे समग्र व्यक्तिमत्त्व आणि पूर्णपुरुष कृष्णाचे व्यक्तिमत्त्व लक्षात घेता, या नात्याबद्दल अनेक तर्क करता येण्यासारखे आहेत. व्यासाने मुग्धता बाळगली नसती तर त्यांची मैत्री ही अधिक कलापूर्ण, कोणत्याही नात्याने न जखडलेली, शरीराच्या किंवा समाजाच्या नात्याने न जखडलेली, अशी मैत्री होण्याचा संभव होता. प्लेटोने वर्णन केलेल्या प्रीतीहूनही जरा भिन्न; अधिक भव्य. पण प्रारंभीच्या इतिहासाबद्दल व्यासाने मौन पाळल्यामुळे पुढच्या काही त्रोटक उल्लेखांवरूनच या विलक्षण मैत्रीचा साक्षात्कार आपल्याला होऊ शकतो.

द्रौपदी व कृष्ण यांचा कुठलाच संबंध तिच्या लग्नापूर्वीचा दिसत नाही. द्रौपदीच्या स्वयंवराला जाणारांपैकी कृष्णा हा एक होता. तो प्रेक्षक म्हणून गेलेला नव्हता हे सांगायला नकोच. अर्जुन तिथे नसता तर कृष्णाने तिला वरले नसते, असे म्हणवत नाही. अर्जुन तिथे असेल अशी कल्पना कृष्णाला नव्हतीच. परंतु योगायोगाने ब्राह्मणवेषातले पांडव तिथे आले आणि कृष्णाने त्यांना ओळखले. अर्जुन आणि कृष्ण यांचे सख्य असल्यामुळेच कृष्णाने या वेळी स्पर्धकाची भूमिका न स्वीकारता अर्जुनालाच पण जिंकण्यास प्रोत्साहन दिले. परंतु कृष्णेच्या रूपाचा, तिच्या स्वराचा प्रभावच अती विलक्षण. स्वयंवरात द्रौपदी ''मी सूतपुत्राला वरणार नाही'' हे शब्द बोलली. कदाचित तिच्या त्या आवाजानेच कृष्णालाही भारून टाकले असणे शक्य आहे. कारण कृष्णा हा नादलुब्ध आहे. आणि द्रौपदीच्या आवाजाचे वर्णन व्यासाने तो ''वीणेवर मधुर आलापात गांधाराची सुंदर मूर्च्छना लागावी'' तसा होता असे केले आहे. कीचकवधाच्या वेळी याच आवाजाच्या मोहिनीने भीमाला गुंगवून टाकले. द्रौपदी वनात संतापून बोलत असताही युधिष्ठिराला तिच्या आवाजातल्या गोडव्याचा प्रत्यय येत होता. तिच्या रूपाचे प्रलोभन कृष्णाला तिच्या विवाहानंतर पूर्वीच्या स्वरूपात राहिले नाही हे अगदी खरे. परंतु जे आकर्षण त्या दोघांत

राहिले, त्याचा दुवा हे तिच्या स्वरातले माधुर्य नसेलच असे म्हणवत नाही. कारण वारंवार संभाषण झाल्याशिवाय मैत्री वाढत नाही. द्रौपदीच्या विवाहानंतर ही मैत्री कशी उद्भवली आणि वाढीस लागली हे जरी कुठेच सांगितलेले नाही, तरीही वस्त्रहरणाच्या प्रसंगी द्रौपदी भक्त म्हणून कृष्णाचा धावा करते, आणि कृष्णही दैवी भूमिकेत वस्त्रे पुरवून तिची लाज राखतो, या ढोबळ चमत्काराखाली त्याच्या पार्थिव भूमिकेचा एक थर व्यासाने झाकून टाकला आहे. पण त्या थरांच्या गाभ्यात जो दोन मनांतल्या भावांचा लसलसता कोंब होता, तो व्यासाला दाबून टाकता आला नाही. कारण वनपर्वात त्याचे मस्त माजलेले धुमारे दृष्टीस पडतात.

कृष्ण व द्रौपदी यांच्या परस्परांतल्या संबंधाबद्दल कृष्णाने स्पष्ट उद्गार असा कुठेच काढलेला नाही. जे उद्गार आहेत ते सारे द्रौपदीचे. पहिली क्रिया तिची, मग त्याची. धाव्याचा प्रसंग हा प्रतीक आहे. द्रौपदीने बोलावले म्हणून तो आला. तिची साद व याचे प्रत्युत्तर. वनवासात कृष्णाला पाहून द्रौपदीला राहवेना. आपली सारी व्यथा ती त्याच्यापुढे ओकली आणि म्हणाली, ''कृष्णा, प्रणयामुळे मी माझे दु:ख तुझ्यासमोर उभे केले आहे.'' कृष्णाला पाहून दुखाचा जो प्रचंड उमाळा तिला आला, त्याच्या आवेगात ती बोलून गेली, ''कृष्णा, पांडवांची भार्या, तुझी सखी आणि धृष्टद्युम्नाची बहीण मी असताना, माझ्यासारखीला सभेत कसे ओढून न्यावे?'' एवढेच बोलून ती थांबत नाही, तर पुढे वैतागून म्हणते की, ''मला पती नाहीत, पुत्र नाहीत, आप्त नाहीत, भाऊ नाहीत, बाप नाही आणि तूही कृष्णा, नाहीस.''

''तूही नाहीस'' यात त्याच्याबद्दलची एक अननुभूत भावना द्रौपदीने व्यक्त केली वाहे यात संशय नाही.

एवढेच नव्हे तर ती आणखी एकदा म्हणते, ''कृष्णा, चार कारणांसाठी तू माझे नेहमी रक्षण करतोस. नात्याच्या संबंधामुळे, तुझ्या थोरवीमुळे, सख्यामुळे आणि प्रभुत्वामुळे.''

यानंतर फार फार नंतरची गोष्ट. युद्ध संपून अश्वमेधयज्ञाला प्रारंभ व्हायचा आहे. पांडवांचे साम्राज्य प्रस्थापित झाले आहे. पांडव, द्रौपदी आणि कृष्णा यांच्या सुखवार्ता चालल्या आहेत. त्या वेळी युधिष्ठिराने एक प्रश्न कृष्णाला विचारला. युद्ध संपले. सारे पांडव स्वस्थ झाले. तरीही अश्वमेधाच्या तयारीसाठी अर्जुनाला देशोदेशी फिरावे लागले. फिरून युद्धासाठी सज्ज व्हावे लागले. ही त्याची वणवण पाहून युधिष्ठिराच्या मनात कालवाकालव झाली. तो म्हणाला, ''कृष्णा, सर्व पांडवांत अर्जुनाने फार दु:ख सोसले. याच्यामागे ही भणभण का? याच्या शरीरात असे काय आहे की यालाच असे दु:ख नेहमी भोगावे लागते? वणवण भटकावे लागते?'' कृष्णाची विनोदी वृत्ती उसळून आलेली दिसते. त्या प्रश्नाचे गांभीर्य उडवून लावीतच जणू तो म्हणतो, ''काही नाही. याच्या पोटऱ्या इतरांपेक्षा मोठ्या आहेत ना, म्हणून याला फिरत राहावे लागते. दुसरे काही नाही.''

ज्यांच्या पोटऱ्या मोठ्या त्याला जास्त भटकावे लागते, हा सामान्य सामुद्रिक संकेत

अर्जुनाच्या बाबतीत आणि तोही कृष्णाने लावावा हे द्रौपदीला आवडले नाही. निदान तसा बहाणा तिने केला. व्यासाच्याच शब्दांत सांगायचे झाल्यास, ''कृष्णा द्रौपदीने कृष्णाकडे रागाने तिरपा कटाक्ष टाकला. तिच्या त्या प्रणयाचा स्वीकार कृष्णानेही केला. कृष्ण हा तिचा सखा, अर्जुनाचा सखा; तो जणू काही मूर्तिमंत अर्जुनच होता.'' हा छोटासा पण अती हलका-फुलका असा एकच एक जिवंत प्रसंग द्रौपदीच्या बाबतीत उल्लेखून व्यासाने कृष्णा आणि द्रौपदी यांच्या संबंधाचा समारोप केलेला आहे. भक्तीच्या आवरणाखाली त्यांच्या संबंधाचे पहिले दर्शन आणि अर्जुनाच्या सख्याच्या मिषाने त्याचे शेवटचे तिरकस ओझरते दर्शन घडते. अशा तऱ्हेने एका रहस्यमय, परंतु तरीही विशुद्ध, प्रणयपूर्ण, अशरीरी अशा मैत्रीचे व्यासाने असे अर्धस्फुट दर्शन घडवले आहे. कृष्णाला द्रौपदीच्या या वृत्तीची चांगली जाणीव होती, म्हणूनच की काय, तो कर्णाला प्रलोभन दाखवताना म्हणाला की, ''पांडवांचा भाऊ म्हणून त्यांच्या बाजूला ये. द्रौपदी तुला वरील.'' परंपरेने कर्णाबद्दलचे द्रौपदीचे आकर्षण जे निर्माण केले आहे, त्याचे बीज या अशा तऱ्हेच्या उल्लेखात नव्हतेच असे कसे म्हणावे?

प्रिया, सुंदरी, पतिव्रता आणि पंडिता या चार भूमिकांत द्रौपदीचे व्यक्तिमत्त्व व्यासाने रंगवले आहे. द्रौपदी ही तेजस्विनी होती. मानिनी होती. तरी पण शालीनपणाचे अवगुंठन तिने टाकले नव्हते. कुलीन स्त्रीचे गृहातले बंदिस्त जीवन तिनेही शिरोधार्य मानले होते. अंत:पुराच्या परिसरातच तिचे व्यक्तिमत्त्व उमलले. तिला सभेत आणले ते दु:शासनाने. नको त्या वेळी, नको त्या वेषात. स्वयंवरात राजेरजवाड्यांना दृष्टीस पडलेली कृष्णा, कौरवसभेत द्यूतात हरलेल्या पतीची पत्नी, कौरवांची दासी म्हणून ओढून आणली जाते. केसांना धरून तिला दु:शासन ओढतो. तिची विटंबना करू पाहतो. त्या वेळी तर ती कुठल्याही स्त्रीसारखीच हंबरडा फोडते. पुढे कृष्णाने तिची लाज राखली. सभा तटस्थ झाली. तिच्या पावित्र्यामुळे भारली गेली. आणि द्रौपदी सावरली. तिने एक प्रश्न युधिष्ठिराला उद्देशून आणि सभेला अनुलक्षून केला.

"तू आधी कुणाला पणाला लावलेस? स्वत:ला की मला?''

या प्रश्नाचे उत्तर सोपे होते; पण निवाडा तितकाच कठीण होता. युधिष्ठिराने आधी स्वत:ला पणाला लावले होते व नंतर द्रौपदीला. चतुर द्रौपदीने लागोलाग सवाल केला की, स्वत: हरलेल्या माणसाला दुसऱ्यावर कितपत अधिकार चालवता येतो? युधिष्ठिराचा अधिकार तर आता उघडच झाला होता. याच सभेत द्रौपदीने दु:खाचा पहिला उमाळा गिळून टाकला. आणि तिच्यातली स्त्री जागी झाली. आता कामिनी म्हणून नव्हे, तर जिवंत हाडामांसाची स्त्री म्हणून. शोकक्षोभाच्या त्या प्रचंड उसळीने, ज्वालामुखीने प्रखर तेजाचा रस ओकावा त्याप्रमाणे, ज्या शब्दांतले तेज मोजायला हिमालयही ठेंगणा पडेल असे ते शब्द तिच्या तोंडून वदवले. मानवाच्या लौकिक अभिमानाचे पापुद्रे तर तटातटा फाटले. बीजाचे बाहेरचे पापुद्रे फाटावे तसे फाटले. आणि

आजवर ज्याला जगातल्या कोणत्याही वक्तव्यात तोड नाही, असे उपनिषदांनाही लाजवणारे उद्गार लसलसत्या कोंबाप्रमाणे त्यातून बाहेर पडले. सर्व वेदना, घोर अपमान विरघळून गेले आणि त्याच्यातून सत्याच्या प्रचीतीची सुंदर प्रतिमा साकार झाली. स्वत: अग्नीतून बाहेर आलेल्या या कामिनीच्या तोंडूनच शोकक्षोभाची आग भडकलेली असताना हे उद्गार निघावे, हा योगायोग विलक्षण आहे. ती म्हणाली, ''जिच्यात वृद्ध नाहीत ती सभा नव्हे, जे धर्म सांगत नाहीत ते वृद्ध नव्हेत. ज्याच्यात सत्य नाही तो धर्म नव्हे. ज्याच्यात कपटदुष्टावा आहे ते सत्य नव्हे.''

सत्याची ही मर्मस्पर्शी व्याख्या द्रौपदीशिवाय कोण करू शकले असते? कौरवांच्या सभेत त्या दिवशी सारे संकेत आपोआप कोलमडले होते. चांगुलपण भित्रे झाले होते. क्रौर्याला न्यायाचे रूप आले होते. लाज, भीड, किंबहुना साधी सभ्यतासुद्धा हां हां म्हणता कापरासारखी विरून गेली होती. त्या वेळी धर्म आणि सत्य यांचे खरे स्वरूप द्रौपदीच्या वेदनेने भरलेल्या मनाने ओळखले. त्या एका क्षणात तिची वाणी जणू ऋषीची वाणी बनली आणि सत्यातले करुणेचे तत्त्व द्रौपदीने नि:संदिग्ध शब्दांत साऱ्या पंडितांना, वीरांना, जिज्ञासूंना ऐकवले. जसजसा विचार करावा तसतसा त्यातला नाद अधिकाधिक गंभीर होतो.

द्रौफीच्या प्रश्नाला साधे उत्तर देण्याचे आश्वासन फक्त एका विकर्णाला झाले आणि त्याने भावांची निर्भर्त्सना करून द्रौपदी दासी नाही हा निकाल दिला. धृतराष्ट्रावरही त्याचा परिणाम झाला. त्याने द्रौपदीला तीन वर दिले. पण मानी द्रौपदीने फक्त दोन वर मागून घेतले. फक्त पतींची दास्यातून मुक्तता एवढेच मागणे तिने मागितले. याहून अन्य काही घेणे बरे नव्हे असे तिने स्पष्ट सांगितले. ''पांडवांची गती स्त्री ठरली तर!'' असे उद्वेगाचे उद्गार जरी भीमाने त्या प्रसंगी काढले, तरी विकर्णाचे उपकार तो विसरला नाही. दुर्योधनाला मरणप्रसंगी लाथ मारणारा, त्याच्या श्राद्धासाठी कवडीही देऊ नको म्हणून युधिष्ठिरास सांगणारा भीम, विकर्ण मेला तेव्हा रडला.

द्रौपदी वनवासात असताना युधिष्ठिराला संतापाच्या भरात खूप बोलली. पांडवांची ती दरिद्रावस्था तिला साहवेना. पण त्या असह्यतेमागे पतींच्या दारिद्र्याचाच तिला कंटाळा होता, आणि ती भोगलोलुप होती, असा अर्थ नाही. जेव्हा तिने पांडवांशी लग्न केले तेव्हा ते दरिद्रीच होते. पहिल्या रात्री त्यांच्या पायगती ती जमिनीवरच झोपली. अत्यंत समाधानाने. वनवासातच तिचे गृहिणीपण फार खुलून दिसते आहे. सत्यभामेला पत्नीच्या कर्तव्याचे रहस्य ती तिथेच सांगते. सेवाधर्माची महती गाते. तरी पण वनवासात द्रौपदीची वृत्ती विरक्त झाली नाही. विरक्ती हा मुळी द्रौपदीचा गुणच नाही. नटायची तिची हौस कुठल्याही स्त्रीप्रमाणे वनातही ताजीच आहे. तिथे ती पतींच्याजवळ दागिने मागत नाही. वस्त्रे मागत नाही. मागते ती सहस्रदळी रंगीबेरंगी कमळे. गंधमादन पर्वतावरील ही कमळे आणायला भीम जातो. द्रौपदीचा हट्ट कसलाही असो, भीम तो पुरवायला सदा तत्पर

असतो. विराटपर्वात तो तिला म्हणतोच की, ''तुला काय दुखतेखुपते, तुला काय हवे-नको, ते सारे मला सांग. तुझी दु:खे माझ्याइतका कुणी चांगला जाणणारा नाही.''

द्रौपदीचे आपल्या पतींशी वागणे जरा-जरा निराळे आहे. युधिष्ठिराची ती आज्ञांकित दासी आहे. पण तिच्या मनात त्याच्याबद्दल रागही भरपूर आहे. तिचे व त्याचे वनातले संभाषण हे पति-पत्नीचे गुजातले संभाषण नाही. तो सर्वांसमक्ष झालेला विवाद आहे. अर्जुनाची ती प्रेयसी आहे. अर्जुनाबद्दलचा तिचा ओढा स्वाभाविक आहे. ''पाच जणांनी भिक्षा वाटून ध्या'' याचा खरा अर्थ काय झाला, हे पाहून कुंतीही जरा वेळ हळहळते आणि म्हणते, ''काय म्हटले हे मी? अर्जुनाने तुला जिंकली. तू खरोखर त्याचीच व्हायला हवीस. अगोदर कळते तर मी असे म्हटले नसते.'' पण अर्जुनाचा आणि तिचा प्रेमप्रसंग तर राहोच, पण कुठे संवादही व्यासाने दाखवलेला नाही. भीमाची ती स्वामिनी आहे. तिच्या संतापात आणि क्षोभात भीमासारखी साथ तिला कुणीच दिलेली नाही. नकुल-सहदेवांना ती ममतेने जपणारी आहे. वनात जातेवेळी कुंती म्हणते की, ''या माझ्या दोन मुलांना तू स्वत: जेवूखाऊ घाल.'' परंतु नायक या दृष्टीने त्यांना महाभारतात महत्त्वच नसल्याने द्रौपदीच्या व त्यांच्या संबंधालाही विशेष महत्त्व नाही.

प्रिया, परमदर्शनीया आणि पतिव्रता या तिला युधिष्ठिरानेच लावलेल्या विशेषणांना तिच्या कुठल्याच पतीच्या संबंधात बाध आलेला नाही. मात्र 'पंडिता' या विशेषणाचा मात्र पुरता कस तिचे युधिष्ठिराशी जे संघर्षयुक्त नाते पुढे आले त्याने लागला. लौकिकदृष्ट्या द्रौपदी जे जे म्हणाली ते ते सारे चतुरपणात मोडत असले तरी खरे पांडित्य, खरा सुजाणपणा त्याहून किती निराळा असतो, हे युधिष्ठिरानेच तिला वारंवार दाखवून देण्याचा प्रयत्न केला. जितका जितका शांतपणे, सोशिकपणे तो वागे, तितकी द्रौपदी चिडे. ती चिडली की, भीम तिची बाजू घेई. पण शेवटी युधिष्ठिराचेच धोरण उजवे ठरे. सत्याचे दर्शन द्रौपदीला एका क्षणाच्या उद्रेकात झाले. पण ते सत्य दैनंदिन आचरणात तिला पेलले नाही. त्या दिशेने जाण्याचा सतत प्रयत्न मात्र केला तो एकट्या युधिष्ठिरानेच.

वनवासात द्रौपदी युधिष्ठिराला टोचूनटाकून बोलली. सभेच्या वेळीही प्रतिकामीबरोबर युधिष्ठिराने तिला ''तू रजस्वला असलीस, एकच वस्त्र नेसली असलीस, तरी तू सभेत ये आणि सासऱ्यासमोर उभी राहा.'' असा निरोप पाठवला. द्रौपदी त्या वेळी मूढ झाली. सभेत स्वत: गेली नाही. प्रतिकामीलाही तिला नेण्याचे धैर्य झाले नाही. द्रौपदीच्या प्रश्नाचा रोखही युधिष्ठिरावरच होता. आपल्याच वरामुळे तो दास्यातून मुक्त झाला याची कधी आठवणही तिने त्याला दिली नाही, तरी त्याच्याबद्दलचा तिचा राग शेवटपर्यंत गेला नाही. वनवासात ती त्याला बोलली ते असे : ''दुर्योधनाचे काळीज खरोखर लोखंडाचे. तुझ्यासारख्या धर्मपर श्रेष्ठ माणसाला त्याने लागट बोलणी ऐकवली. तू राजाधिराज झालेला. आज असा वनात चटईवर बसला आहेस. तुला या स्थितीत पाहून कुणाला संताप येणार नाही? भीमासारखा राजपुत्र आणि अर्जुनासारखा योद्धा हे दोघे आज

भुकेतहानेने व्याकुळ व दीन झाले आहेत. आणि ते धाकटे दोघेही धुळीत लोळताहेत. त्यांना पाहून कुणाला संताप येणार नाही? द्रुपदाची मुलगी, पंडूची सून, धृष्टद्युम्नाची बहीण, आणि तुमची राणी मी आज वनवासी झालेली पाहून तुला मात्र संताप कसा येत नाही कुणास ठाऊक! भावांना या स्थितीत पाहूनही तुला खेद कसा होत नाही? क्षत्रियाला क्रोध हा आवश्यक आहे. पण तुझे सारेच जगावेगळे आहे. तू शत्रूंना क्षमा करू नको. क्षमा कुणाला करायची? पूर्वी ज्याने उपकार केले, त्याचे अपराध क्षमा करावेत. निर्बुद्धांचे, आश्रितांचे अपराध क्षमा करावेत. अजाणता केलेले अपराध क्षमा करावेत. पण दुर्योधन सतत अपराध करतो आहे. तो लोभी आहे. पापी आहे. त्याला क्षमा करू नको. क्षत्रियाने वेळी मृदू व्हावे, वेळी उग्र व्हावे. मऊपणाने जे साधते ते तीव्रपणाहून अधिक हे मला माहीत आहे. पण मऊ असायचे त्या वेळी मृदुपणा दाखवावा. जिथे उग्रपणा हवा तिथे मवाळी काय कामाची?'' प्रल्हादबलि-संवादाचा आश्रय घेऊन त्या क्रुद्ध पंडितेने पतीला पेच टाकला.

युधिष्ठिर आपल्या नेहमीच्या धिमेपणाने म्हणाला, ''काय वाटेल ते झाले तरी क्षमा सर्वांत श्रेष्ठ आहे. क्षमेवर जगाची धारणा झाली आहे. मला राज्य द्या, असे म्हणून मी लोभाने बुद्धी नष्ट करणार नाही. काळ कठीण आहे. भरतवंशाला उतरती कळा लागली आहे. ही ओहोटी आता यापुढे थांबवता यायची नाही, असे मला स्वच्छ दिसते. म्हणून मी उतावळेपणा करीत नाही.''

युधिष्ठिराने काश्यपगाथेवर आधारलेले क्षमेचे सूत्र सांगताच द्रौपदी आणखी चिडली, तिने विधात्याला दोष दिला आणि म्हणाली, ''तुला भ्रम पाडणाऱ्या त्या विधात्याला माझा नमस्कार असो. धर्म म्हणे आपण त्याचे रक्षण केले की आपले रक्षण करतो. तू यज्ञयाग केलेस. दान केलेस. सत्य पाळलेस. त्याचे फळ हेच का? माणूस सावलीमागे जातो तसा तू धर्मामागे गेलास. त्याचे फळ काय? तर दु:ख!''

यावर युधिष्ठिराने तिला फिरून अत्यंत सावकाशपणे म्हटले, ''द्रौपदी, तुझे बोलणे गोड आणि रास्त आहे पण तुझे एक चुकले. तू विधात्याला दोष देऊ नको. तुझ्या बोलण्यात मला नास्तिकपणा आढळतो. फळाची इच्छा ठेवून मी धर्म करीत नाही. जो हलकट असतो तोच धर्माचा सौदा करतो. देवाच्या बाबतीत तू शंका घेऊ नको. त्याला दोष देऊ नको. धर्म जर असफल झाला तर जग बुडेल. लोक पशूप्रमाणे जगतील. विद्या होणार नाही. तप, ज्ञान, दान निष्फळ होईल. निर्वाणाला अर्थ राहणार नाही. हे जोपर्यंत आहे तोपर्यंत देवता आहेत. त्यांची करणी अगाध असते. म्हणून तू त्यांना निंदू नको.''

हे साधेसरळ उत्तर ऐकून द्रौपदी खूपच गडबडली व म्हणाली, ''मी धर्माला निंदीत नाही. ईश्वराला तरी मी कशी दूषण देईन? पण मी फार दीनदु:खी झाले आहे. आणि म्हणून बडबडत आहे आणि रडत आहे असे तू समज.'' परंतु याही स्थितीत आपण काही बोललो नाही, तर हा माणूस असाच खंत करीत बसून राहील अशी जणू शंका येऊनच

की काय, द्रौपदीने बृहस्पतिनीतील वचने युधिष्ठिराला ऐकवली. ती म्हणाली, ''ईश्वरालासुद्धा सृष्टीचे कर्म करावे लागते. जीवजंतूंनाही जगण्यासाठी झटावे लागते. कच्चे मडके पाण्यात वितळते त्याप्रमाणे जो काही न करता झोपून राहतो, तो नाश पावतो. तिळात तेल असते. गायीत दूध असते. लाकडात आग असते. पण त्यांना बाहेर काढायला योजना लागते. कर्म लागते. तरच परमेश्वर सिद्धी देतो. आळसाने बसणाऱ्याच्या कपाळी दारिद्र्यच. पृथ्वी नांगरून, बी पेरून मग पाहिजे तर शेतकऱ्याने 'मी माझे काम केले, आता सारे पर्जन्यदेवाच्या हाती' असे म्हणावे. समुद्र हटवता येतो. पर्वत फोडता येतो. मग दुर्योधनाची कथा काय?''

आणि मग इतके बोलून तिने भीमाला बोलायला प्रोत्साहन दिले. तो आणखीच टोचून म्हणाला, ''मी आणि ही तुझ्या प्रतिविंध्याची आई, आम्ही दोघेच तुझी ही आपत्ती पाहून संतापतो. दुर्योधनाला राज्य मिळाल्याने आपले काहीएक भले व्हायचे नाही. गाईला खाजवले तर ती दूध देते आणि पुण्यही मिळते. गाढवाला खाजवून काय मिळते? केवळ विटाळ लागतो.''

या वेळी युधिष्ठिराने निक्षून सांगितले की, ''मी वनवासाची प्रतिज्ञा केली ती सभेत. मी सत्य सोडणार नाही. प्राणांहून मला प्रतिज्ञा प्रिय आहे. तुम्ही शेतकऱ्याचा दृष्टान्त देता ना? मग शेतकरी जशी फळाची वाट पाहतो तशी जरा वाट पाहा.''

हा प्रसंग इथे संपतो, पण संतापाची आग मात्र द्रौपदी व भीम यांच्या मनांत तशीच पेटत राहते. युधिष्ठिर शांतपणे विचार करून अर्जुनाला अस्त्र-प्राप्तीसाठी पाठवतो.

पुढे जयद्रथाने द्रौपदीचे हरण केले त्या वेळीही, ''जयद्रथ हा दु:शलेचा पती आहे. ती आपली बहीण. तो पळून गेला, जाऊ दे. द्रौपदी तर आपण परत मिळवली ना?'' हा युधिष्ठिराचा विचार द्रौपदीला मान्य होत नाही. ती भीम व अर्जुन यांना त्याच्या मागे पिटाळते. त्याला धरून युधिष्ठिरापुढे क्षमा मागायला लावते. वधाऐवजी त्याचे पाच पाट काढून त्याला सोडून देते.

विराटपर्वात तर ती उघड म्हणते, ''जिला युधिष्ठिर हा नवरा मिळाला, तिला सुख कुठचे?'' हां हां म्हणता द्रौपदीचा तोल संतापाच्या भरात असा तिळतीळ करीत सुटत गेला आहे. इतका की, कीचक मेल्यावर बृहन्नडेच्या रूपातला अर्जुन तिला म्हणतो, ''तू कीचकापासून कशी मुक्त झालीस, कीचक कसा मेला ते सांग. मला ऐकण्याची इच्छा आहे.'' त्या वेळी ती त्याला फटकारून म्हणते. ''बृहन्नडे, तुझे सैरंध्रीशी काय काम आहे आता? तू तर अंत:पुरात सुखात बसली आहेस. सैरंध्रीला दु:ख आहे ते तुला नाही. म्हणून तू मला हसतहसत विचारतेस.''

द्रौपदीच्या बुद्धीची ही अवस्था लहानसहान प्रसंगीही अत्यंत समतोलपणे दाखवून व्यास आपल्या मनावरून तिच्या पार्थिव सौंदर्याची मोहिनी पुसून टाकतो. द्रौपदीला सम्राज्ञी करतो. पार्थिव संपूर्णतेचे पुरे माप तिच्या पदरी टाकतो. द्रौपदीच्या हरएक प्रसंगात सारे

रंगले, तरी द्रौपदीचा कुठलाच चिरसंस्कार मनावर राहू नये असाच व्यासाचा तिच्याबद्दलचा संकेत दिसतो. सीता, सावित्री यांच्याप्रमाणे भारतीयांच्या मनात तिला चिरंतनत्व मिळालेले नाही. ती एक दूरची कमनीय नायिका आहे. वादविवादाच्या वेळी कुठल्याही स्त्रीच्या मनात जागृत होणारी. परंतु भारतीय नारीच्या संस्कार-जीवनात तिचे स्थान फार गौण आहे. ती जागृत होते कृष्णकथेच्या आधारे, पांडवकथांच्या आधारे. युधिष्ठिराचा स्वतंत्र आदर्श आमच्यापुढे आहे. गीतेमुळे अर्जुनाचीही जिज्ञासा मुखामुखांत खेळती झाली आहे. त्या दोघांसारखे हिचे व्यक्तिमत्त्व कमनीय असले तरी प्रेरक नाही. तिच्यात असलेला पार्थिवतेचा विलक्षण चैतन्यमय स्रोत फक्त काहींनाच कधीकाळी जाणवेल असा आहे.

परिशिष्ट

(अ) प्रस्तावनेसाठी उपयोगी पडलेले साहित्य :

१. श्रीवाल्मीकिरामायणम्.

२. आनंद कुमारस्वामी : 'फिगर्स ऑफ स्पीच ऑर फिगर्स ऑफ थॉट'; लंडन, १९४६.

३. रे लिव्हिंग्स्टन : 'द ट्रॅडिशनल थिअरी ऑफ लिटरेचर'; मिनिआपॉलिस, १९६२.

४. एरिक गिल : 'आर्ट'; लंडन, १९३४.

५. क्लाइव्ह बेल : 'आर्ट'; लंडन, १९४९.

६. फ्रेडरिक स्पीगलबर्ग : 'झेन, रॉक्स अँड वॉटर्स'; न्यू यॉर्क, १९६१, इंट्रोडक्शन बाय सर हर्बर्ट रीड.

७. गेडीज मॅकग्रेगर : 'एस्थेटिक एक्सीरिअन्स इन रिलिजन'; लंडन, १९४७.

८. केनेथ वॉकर : 'लाइफ्स लाँग जर्नी'; लंडन, १९६०.

९. जॉन स्टुअर्ट : 'द आर्टिस्ट ऑफ लाइफ' (हॅवेलॉक एलिस); लंडन, १९५९.

१०. आंद्रे माल्रो : 'द मेटेमॉर्फासिस ऑफ द गॉड्स' (ट्रान्सलेटेड बाय स्टुअर्ट गिल्बर्ट) लंडन, १९६०.

११. रेनीरो नोली (Gnoli) : 'द एस्थेटिक एक्स्पीरियन्स अकॉर्डिंग टु अभिनवगुप्त'; रोम, १९५६.

१२. मिग्वेल डि उनामुनो : 'ट्रॅजिक सेन्स ऑफ लाइफ' (ट्रान्सलेटेड बाय जे० ई० क्रॉफर्ड); फ्लिच, १९५४.

१३. गिसेफ तुची : 'बुद्धजयंती' (लेख); ईस्ट अँड वेस्ट, १९५४.

१४. डी० एच० लॉरेन्स : 'सिलेक्टेड लिटररी क्रिटिसिझम'; लंडन, १९६१.

१५. स्विनबर्न : अ सिलेक्शन कंपाइल्ड अँड विथ ॲन इंट्रोडक्शन बाथ एडिथ सिटवेल; लंडन, १९६१.

१६. रवीन्द्रनाथ ठाकूर : 'प्राचीन साहित्य' (मराठी अनुवाद : रामचंद्र बलवंत आठवले) : पुणे, १९४४.

(ब) महाभारताची सर्वांत जुनी कलकत्ता प्रत व चित्रशाळेची नीलकंठाची टीका असलेली प्रत वापरली आहे.